மைனஸ் ஒன்

நந்தாகுமாரன்

உயிர்மை
பதிப்பகம்

விலை ரூ. 90

உயிர்மை பதிப்பக வெளியீடு: 437

மைனஸ் ஒன் ∥ கவிதைகள் ∥ ஆசிரியர் : நந்தாகுமாரன் ∥ © நந்தாகுமாரன் ∥ முதல் பதிப்பு : டிசம்பர் 2012 ∥ வெளியீடு : உயிர்மை பதிப்பகம், 11/29 சுப்பிரமணியம் தெரு, அபிராமபுரம், சென்னை–600 018 தொலைபேசி : 91 – 44 – 24993448, மின்னஞ்சல் : uyirmmai@gmail.com ∥ அச்சாக்கம் : மணி ஆஃப்செட், சென்னை 600 005

Minus one ∥ Poems ∥ Author: Nandakumaran ∥ © Nandakumaran ∥ Language: Tamil ∥ First Edition : December 2012 ∥ Demy 1x8 ∥ Paper : 18.6 kg maplitho ∥ Pages : 112 ∥ Published by : Uyirmmai Pathippagam, 11/29 Subramaniam Street, Abiramapuram, Chennai - 600 018, India. Telephone : 91-44 -24993448, e-mail : uyirmmai@gmail.com ∥ Website: www.uyirmmai.com ∥ Printed at Mani Offset, Chennai 600 005 ∥ Price :Rs. 90

ISBN : 978-93-81975-26-8

நந்தாகுமாரன்

கோவையில் பிறந்து வளர்ந்த இவர் தற்போது பெங்களூரில் கணினித் துறையில் தனியார் நிறுவனம் ஒன்றில் மேலாளராகப் பணிபுரிகிறார். இலக்கியத்திலும், ஒளிப்படத்திலும் ஆர்வமுள்ள இவர் பிரதானமாகக் கவிதைகளும் அவ்வப்போது சிறுகதைகளும் எழுதுகிறார். இது இவரின் முதல் கவிதைத் தொகுதி.

மின்னஞ்சல்: nundhaa@gmail.com

உள்ளடக்கம்

1. Digital மௌனம் 7
2. காதலின் Genetics 8
3. மழை கேட்டல் 10
4. Cosmic நடை 11
5. இங்கே நான் 12
6. சொற்கூட்டம் 13
7. விரிந்த சிறகுகள் 15
8. மேலும் ஒரு காதல் கவிதை 16
9. ஒரு User Friendly கவிதை 17
10. இது 18
11. ஹைக்கூ : தொகுதி 1 19
12. வேண்டத்தகாதவன் 20
13. மழை: ஒரு மறுபார்வை 21
14. நாயைப் போல் குரைக்கும் இருட்டு 22
15. கலைக்கப்படும் அமைதி 24
16. கவிதைத் தொகுதி 25
17. மழை பார்த்தல் 26
18. ரசிகன் 27
19. காட்சித் துண்டுகள் 28
20. என் டைரி உன் டைரி 29
21. நட்சத்திரங்கள் - தொகுதி 1 30
22. முன் செல்லும் காமத்தின் முகம் 32
23. புதிய மௌனம் 33
24. புணர்ச்சி விதி 34
25. நகரும் காலம் 35
26. சட்டென்று மாறும் காலம் 36
27. சாக்கடையில் 37
28. நகரம் 38
29. அணுவினுக்கணுவாய் 39
30. பிரம்மாண்டம் 40
31. 2001 - ஒரு காதல் கவிதை 41
32. 2002- ரெண்டாம் காதல் கவிதை 42
33. Whiskey with நந்தா 43
34. நட்சத்திரங்கள் - தொகுதி 2 44
35. கனவு பூமியும் Neuron Networக்கும் 46
36. தலைப்பிடப்படாதது 47
37. தலைப்பிடப்படாதவை 48
38. மண்புழுக்கள் நெளியும் மண்டை 49
39. கூடலும் கூடல் நிமித்தமும் 50
40. உறுமும் பொழுதுகளின் சர்ரியலிசம் 51
41. காதல் மண்டலம் 52
42. நீ என்று ஒரு நான் - ஒரு சுயஓவியம் 53
43. செய்யாத பாவம் 54
44. காதல் = காமம் = x = ? 55
45. ஏழாவது விழிப்பு 56
46. ஏழாவது விழிப்பு-2 57

47. உடைபடும் மௌனம்	58
48. Statement 1 : ரோஜாப்பூ கடவுள்	59
49. Statement 3 : மறுபடியும் மழை	60
50. ஒளி எரித்த திரை	61
51. திட்டவட்டமாக	62
52. நாற்பட்டகம்	63
53. ரெண்டாம் காலம்	64
54. 4°C	65
55. பலூன்கள் பறக்கும் பள்ளத்தாக்கு	67
56. -1	68
57. 1500m AMSL : மேகம் 9	69
58. ரயிலாட்டம்	70
59. எஃகு முட்டைகள்	71
60. முன் பின்	72
61. ஸ்தலபுராணம்	73
62. ரயில்விலங்கு ஓடிக் கடக்கும் மலைப்பிரமிட்கள்	74
63. டிராகுலாவின் காதலி1	77
64. டிராகுலாவின் காதலி2	79
65. டிராகுலாவின் காதலி3	80
66. கவிதை எண் ∞	81
67. ஒரு நாள் கூத்து	82
68. கவிதைகள் எழுதாமல் இருப்பது எப்படி?	83
69. 2010.01.01 00:00:01 அன்று அவன் எழுதப்போகும் கவிதை...	85
70. உறக்க விதி	87
71. μP பதிப்பிக்கப்பட்ட மூளை சொல்லும்.....	88
72. கண்ணீர் கவிதை	90
73. 'திடீர்' கவிதைகள் (ஹைக்கூ:தொகுதி 2)	91
74. ஸ்தலபுராணம் II : இடிபாடுகளின் இதிகாசம்	92
75. நுனியிரவு மேயும் கதிர்	94
76. நதி உணரும் பகல்	95
77. அபார்ட்மெண்ட் முண்டகும் சூரியத்தலையும்	96
78. நிலா நகரும் பாதை (விஞ்ஞானப் புனைவுக் கவிதைகள்)	97
79. ஸ்தலபுராணம் III	98
80. இலை கொஞ்சும் மழை	100
81. டிராகுராவின் காதலி 4	102
82. நான் இப்பொழுது குடிக்கும் பியர்	104
83. கடவுளாகித் திரியும் மனிதன்	105
84. ஒரு கவிதை வார்த்தைகள்	106
85. தூங்காவிரதம்	107
86. ராமாயணம் 301	108
87. மீண்டும் தவளை	109
88. சாக்கடை என்பதும் நீர்நிலை	110
89. கவிதைக்கூடு (அல்லது) குடித்துக்கொண்டிருப்பவனின் இரவு	111

Digital மௌனம்

ஆம்
அப்படித்தான்
அந்த Electronic புல்லாங்குழலை ஊதுங்கள்
மௌனம்தான் கேட்க வேண்டும்
Vacuum Tube உள்ளே பயணப்படும்
இறகைப் போல
மென்மையாக
Laser போல
எதிர்படும் பொருட்களையெல்லாம் அறுத்தெறியும்
கூர்மையாக
உவமையோ உருவகமோ சொல்லிவிட முடியாத
துல்லியமாக
பட்டாம்பூச்சியின் சிறகுகளில்
பூசியிருக்கும் வண்ணங்கள் போல
பிரம்மாண்டமாக
தெரிந்தோ தெரியாமலோ தொட்டுவிட்டால்
கேள்விகளில்லாத பதில்களாக
அப்படியே ரத்தத்தில் போய்
அப்பிக் கொள்ள வேண்டும்
சப்தமில்லாமல்
அமைதி அமைதி அமைதி
ஒரு C.D. முழுக்க
விதம் விதமான மௌனங்களைப்
பதிவு செய்து வைத்திருக்கிறேன்
கேட்கிறீர்களா
மௌனமாக
எங்கும்
Surround Silence

கனையாழி
மார்ச் 1998

காதலின் Genetics

நீ மறுபடியும் அவள் தான்
ஆனால் நீ வேறு அவள்
Cloning அவள்
அவளை விட்டு எவ்வளவு விலகினேனோ
உன்னை அவ்வளவு நெருங்கினேன்
அதே கோபம்
அதே முட்டாள்தனம்
அதே பாசாங்கு
அதே அழகு
அவளிடமிருந்த அபத்தமான கவிதைகளை
m-RNA உனக்கு ஏன் மீண்டும் பரிமாறியது
படைப்பின் முன் நம் Technology தோற்றுவிட்டதா
நான் உன்னைக் காதலிக்கிறேன் என்பதே ஆச்சரியம்
அவளையும் காதலிக்கிறேன் என்பது அதை விட ஆச்சரியம்
நாம் எப்போதுமே எதிரிகளைத் தான் காதலிக்கிறோம்

எப்போதோ ஆழ்நிலையில் சிக்கிய ஒளிப்படம்
இப்போது உணர்வு நிலைக்கு வந்திருக்கிறது
கடலில் மூழ்கிச் செத்தவன் உடல்
ஊதி வேறு வழி இல்லாமல் மேலே வந்து மிதப்பதைப் போல
ஒரு கருப்பு வெள்ளை ஓவியம்
மெதுவாக வண்ணம் பெற்று உயிர்ப்படைந்திருக்கிறது

என் தனிமைக்கு அவள் காரணம்
"நீ"-க்கு என் தனிமை காரணம்
கோடி மண்புழுக்கள்
ஒன்றோடொன்று பின்னி நெளிவதைப் போன்ற
எண்ணங்களில்
குற்ற உணர்ச்சிகளோடு போராடிக்கொண்டிருக்கிறேன்

(பிறகு)

என் ஞாபகங்களில் அவளைத் தேடி
அலுத்திருப்பேன் வழக்கம் போல
நீயென் மூளைக் காளானுக்குள்
நுழைந்து கொள்வாய் அப்போது
உன்னைத் தேடத் தொடங்குவேன்
உன் Bass குரலைத் திரும்பப் பெறுவதற்குள்
நீயென் Word Processorல்
ஒரு கவிதையாகியிருப்பாய்
நான் காணாமல் போயிருப்பேன்
ஏனெனில்
என் பெயர் ...

கணையாழி
ஏப்ரல் 1998

மழை கேட்டல்

வழக்கம் போலவே
அது விழுந்ததும்
விமர்சனங்கள் எழுந்தன
அக்கறையில்லாமல் அது
Asbestos Sheetகளை
அவசரமாக வாசித்துக் கொண்டே போனது
அவ்வப்போது கேட்ட அசரீரிகளை
துக்க செய்தி கேட்டது போல பயந்தார்கள்
மண்ணில் வெடித்தது
தூள் தூளாய் சரிந்தது
கிணற்றில் குதித்தது
நீரோடு நீர் மோதும்
குதூகலக் குரல்
ஒளி வடிவங்களாய் விரிந்தது
அடுத்த பாடல்
ஜன்னல் கண்ணாடியில் அரங்கேறியது
அதன் நோக்கமற்ற ஒழுகலின்
உராய்வு ஓசை கேட்க
என் காதுகளைத் தீவிரப்படுத்தினேன்
கடைசி தீக்குச்சியைப் பற்ற வைக்கும்
கவனத்தோடு

கணையாழி
ஏப்ரல் 1998

Cosmic நடை

ஒரு கரப்பான் பூச்சியின் நடையிலிருந்து
நாம் கற்றுக் கொண்டவை
வேகத்தின் சமன்பாடுகள்
இயக்கத்தின் நிலைப்பாடுகள்
ஒரு கம்பளிப் பூச்சியின் நடைக்கு
எழுதப்பட்ட BASIC Prograலில் இருந்து
நாம் வடிவமைத்தது
ஒரு விண்கலன்

முன்னொரு காலத்தில் மரங்களும்
நடந்து கொண்டிருந்தன என்ற
சுவாரஸ்யமான கற்பனையை
நம் தர்க்கங்களால் சிதறடிக்காமல்
அடுத்த தலைமுறைக்கும்
காப்பாற்றித் தருவோம்
என் வீட்டுத் தோட்டத்தில்
சரிந்து கிடக்கும்
பூக்களின் பிணங்களின் மீது
நீ நடந்து வந்தாய்
பூமியை மதித்து மிதிக்கும்
ஒரு குழந்தையின் கால்களோடு

என் காதலுக்கு
ஒரு வினோத உருவகம் சொல்வேன்
கடற்கரை மணலில்
நடக்கத் தத்தளித்து
மூழ்கும் பாதங்கள்.

கணையாழி
ஜூன் 1998

இங்கே நான்

வானத்தை சுருட்டி
பைக்குள் போட்டுக் கொண்டேன்
கடலை நான்காக மடித்து
Pockeட்டுக்குள் திணித்துக் கொண்டேன்
மலைகளைப் பொறுக்கி
மடியில் கட்டிக் கொண்டேன்
பூமியை
எட்டி
உதைத்தேன்
நான் யார்

விண்வெளிக் கருங்குழிகளின்
அமானுஷ்யத்தில் பிறந்தவன் நான்
தற்கொலை செய்து கொண்டு
இறந்தவன் நான்
உங்கள் ashtraயில்
நசுக்கப்பட்ட பிணம் நான்
ஆவியுலகின்
ஆத்மா நான்
நான் யார்

இங்கே நான்
அசைந்து கொண்டிருக்கிறேன்
இரண்டு எண்களுக்கு இடையே
நடுராத்திரியில்
மெலிதாக மூச்சு விட்டுக் கொண்டிருக்கும்
இந்தத் தென்னை மரங்களைப் போல

கணையாழி
ஜூன் 1998

சொற்கூட்டம்

கதை ஒன்று

அந்தப் பிரச்சினையை அநேகமாக
Analytical Engineகளைக் கொண்டே
நீங்கள் தீர்த்திருக்க முடியும்
(Transistorகளை உபயோகப்படுத்தும்
இரண்டாம் தலைமுறை computerகளே போதும்
என்று நான் முன்பு சொன்னது தவறு)
அனாவசியமாக இப்போது
எங்களைப் போட்டுக் குழப்புகிறீர்கள்

காட்சி ஒன்று

ஏதோ ஒரு செடி
ஏதோ ஒரு பயன்
தொட்டியில் இருப்பதால்
என்ன என்ற கேள்வி
நான் எப்போதாவது
கொப்பளித்துத் துப்பிவிடும் நீரை
ஆவேசமாக உறிஞ்சும்
அதன் survival

கேள்வி ஒன்று

மழையை 'விண்ணீர்' எனலாமா

பதில் இரண்டு

0 அல்லது 1

கதை ஒன்றின் Climax

அதற்கு Abacus கூடப் போதுமே
என்பவனை மடையனாக்கிவிட்டு
அவர்கள் சந்தோஷமாக
இன்னொரு தலைமுறையை
உருவாக்கிக் கொண்டிருக்கிறார்கள்

காட்சி ரெண்டு

நான் வீடு திரும்புகிறேன்
என் Pocketட்டில்
கொஞ்சம் புகையிலைத் தூளும்
கடற்கரை மணலும்

கணையாழி
அக்டோபர் 1998

விரிந்த சிறகுகள்

என்னையும் அவளையும்
கோடி அணுக்களாய் பிரித்து
ஊசி முனையில் இணைத்து
சிலையாக்கி நிறுத்துங்கள்
கடற்கரையின் மண்வெளியில்
மலையுச்சியின் விண்வெளியில்
எங்காவது
ஆப்பிளின் நடு வயிற்றில்
ஒரு நட்சத்திரக் குழந்தையைப்
பெற்றெடுப்போம் நாங்கள்

பல்சுவை நாவல் 20
1998

மேலும் ஒரு காதல் கவிதை

நிலா பின்னணி வரையும் இந்த இரவில்
ஏதாவது நிகழ்ந்தாக வேண்டும்
நான் உன்னைக் காதலிக்கிறேன் என்று நீயோ
நான் உன்னைக் காதலிக்கவில்லை என்று நானோ
சொல்லியாக வேண்டும்
ஆனாலும்
என்னைக் கை நீட்டி அழைத்த
உன் வெண்கல உறக்கத்தின்
உலோகக் கனவில்
நீ இல்லை
இருந்தது
ஒரு surrealiவீசச் சித்திரம்

பல்சுவை நாவல் சிறப்பிதழ்–1
1999

ஒரு User Friendly கவிதை

கண்ணுக்குள் வந்து போன பெண்களுள் என்
நெஞ்சுக்குள் வந்து போனவள் நீ
இரவின் மேனியில்
மச்சமாகக் கிடப்பவளே
சிகரெட்டுகளில் உதிரும்
காலமாக நான் இருக்கிறேன்
கடந்து போன பார்வைகளில் எனைக்
கடைந்து போன பார்வை உன்னுடையது
காற்றில் மல்லிகை வாசனையைத் தொங்க விட்டோம்
இரவுகளை விண்மீன்களால் நிரப்பி வழிய விட்டோம்
ரோஜாக்களுக்குள் பனித்துளிகளைப் போட்டுக் கொடுத்தோம்
காமம் தெறித்த நம் பார்வைகளில்
பற்றி எரிந்தன பருவங்கள்

அந்தச் சிரிப்பு என்னும் சிவப்புக் கம்பள விரிப்பு தானே
என்னை உன் இதய தேசத்திற்கு வரவேற்றது
உயர்ந்தவள் நீ
ஒப்பீடுகளால் இன்னும் உயர்ந்தாய்
உவமைகளைத் தேட வைக்கும் அழகு உன்னுடையது
உவமைகளே கூற முடியாது அழகு உன்னுடையது
நீ வந்து தட்டும் போதெல்லாம்
என் கதவுகள் பூ பூப்பதும்
நீ வார்த்தைகளைக் கொட்டும் போதெல்லாம்
அவை என்னுள் கவிதைகளாகவே விழுவதும்
நீ எனை விட்டுப் போகும் போதெல்லாம்
அக்கவிதைகள் சொல் உதிர்ப்பதும்
வேடிக்கையான இந்நிகழ்வுகள் என் வாழ்வில்
வாடிக்கையாகிவிட்டன

பல்சுவை நாவல் 26
1999

இது

நீர் சொட்டி நிற்கும் மரங்களில்
ஒரு மரம்
மரத்திலிருந்து புறப்பட்ட பறவைகளில்
ஒரு பறவை
பறவை அசைத்த சிறகுகளில்
ஒரு சிறகு
சிறகிலிருந்து உதிர்ந்த இறகுகளில்
ஒரு இறகு
இறகு பார்த்த சிலரில்
ஒரு கவிஞன்
கவிஞன் எழுதிய கவிதைகளில்
ஒரு கவிதை
அந்தக் கவிதையில்
ஒரு வரி

ஆனந்த விகடன்
ஜூன் 2001

ஹைக்கூ - தொகுதி 1

மின்சாரம் தடைபட்ட
நள்ளிரவு
மழை பெய்யும் ஓசை மட்டும்

மொசைக் தரையில் வழுக்கும் கால்கள்
வீட்டிற்குள் வந்த
ரெண்டு சிட்டுக்குருவிகள்

வேகமாக வரும் கார்
வீதி கடக்கும் காக்கை
நடந்தபடி

உயரமான கட்டிடத்தின் உச்சி
பறந்து வந்து அமரும் காக்கைக்கு
ஒரு கால் ஊனம்

புல்லாங்குழலுக்குள்
நுழையும் காற்று
காற்றாகவே திரும்புகிறது

தூசு படர்ந்த
கார் கண்ணாடி
அதில் எழுதப்பட்ட இந்த ஹைக்கூ

படம் முடிந்து படியிறங்குகையில்
தியேட்டர் கண்ணாடியில்
என்னைத் தேடுகிறேன்

மின்விசிறியின் ஓசை
நின்றுவிட
கடிகாரத்தின் ஓசை

பூங்காவில்
விளையாடும் அணில்கள்
நுழையும் நாய்

அம்பலம்
2001

வேண்டத்தகாதவன்

நடுவில் வைத்து விளையாடுகிறாய் நாத விநோதா
குடுவையில் பாதி காலியென்றால் மீதியெங்கே
தடுத்துப் பார்த்தேன் மனதை தாங்கவில்லை
கெடுத்து விட்டேன்
இப்போது அது என் சொல்பேச்சு கேட்பதில்லை
விடு எனை விட்டுவிடு
சாகும் போது சாப விமோசனம் தேவையில்லை

உயிரோசை
அக்டோபர் 2008

மழை: ஒரு மறுபார்வை

காலையிலிருந்தே தன் வரவை அறிவித்துக்கொண்டிருந்தது
எதிர்பார்த்தபடியே மதியம் வந்தது
பூமியின் கொள்ளளவை மீறி வானம் கொட்டியது
வலுத்த காற்றும் பலத்த மழையும் நிலத்தைப் புரட்டின
இடி மின்னல் தொடர்ந்து மின்-தடை
ஒவ்வொரு வீட்டிற்குள்ளும் வெள்ளம் உருவெடுத்தது
அடித்த மழையில் மயக்கம் அடைந்தன சில மலர்கள்
மரணம் வாய்த்தது சில மரங்களுக்கு
மண்ணை அரித்து கண்ணில் தெறித்து
சிறிது நேரமானாலும் சிதறடித்துவிட்டது
புல்லுக்கும் காளானுக்கும் கொண்டாட்டமாகிவிட்டது
பிறகு மெல்ல அடங்கத் தொடங்கியது
வீட்டைச் சுற்றிலும் அதன் ஞாபகங்களாக சின்னக் குளங்கள்
சிதைந்த பொருட்களின் மீதியுற்ற அடையாளங்கள்
வீட்டின் ஓர் ஓரத்தில் நீர் தேங்கி வழியும் குடையுடன்
அந்த நிகழ்ச்சி ஒரு நிறுத்தத்திற்கு வந்தது
போராட்டங்களையும் யுத்தங்களையும் நினைவு கூறும் மழை

உயிரோசை
அக்டோபர் 2008

நாயைப் போல் குரைக்கும் இருட்டு

ஒளிரும் இந்த Bulb-ஐ
உடைத்தால் கிடைக்கும்
கொஞ்சம் இருள்
ஒரு கவிதையையாவது
எழுதப்படுவதிலிருந்து
தற்காலிகமாகத் தடுக்கலாம்

ஒரு மலர்ந்த சிவப்பு ரோஜாப் பூவின்
மைய இருள் போதும்
நான் துயில்வதற்கு

மூடிய ஒரு புத்தகத்தினுள்
இருக்கும் இருளை
வெளிச்சமாக்கும் போது
அந்தப் புத்தகத்திலுள்ள
எழுத்துகளின் இருளை
என்னால் எதுவும் செய்ய முடிந்ததில்லை

அமைதியில் விழுந்த சொல்
சதுர அலைகளை எழுப்புகிறது
ஒரு விஞ்ஞானப் புனைவு போல
அப்போது இருட்டாக இருந்ததால்
அதைக் கேட்க மட்டுமே முடிந்தது

இருளின் விஸ்வரூபமாக வானம்
அதில் 1280-க்கு 800 புள்ளி அளவு மட்டுமே
இடம் கேட்டும் கிடைக்கவில்லை

வானம் தன் பூனைக் கண்களைத் திறந்து
என்னைப் பார்த்தது
நான் அதைப் பார்த்தேன்

இருவரும் ஒருவரையொருவர்
பார்த்துக் கொண்டேயிருந்தோம்
அதிகாலையில் தூங்கப் போனேன்

இருட்டு குரைக்கத் தொடங்கியது
கட்டிப் போட்ட ஒரு நாயைப் போல்
என் கனவுகள் ஊளையிடத் தொடங்கியதும்
அது நின்று போனது
அல்லது
எனக்குக் கேட்கவில்லை

உயிரோசை
அக்டோபர் 2008

கலைக்கப்படும் அமைதி

சித்தப்பா
பின்னால் எரிந்து கொண்டிருக்கிறார்
Tata Sumo-விற்குள் நான்
தம்பியின் கைகளைப் பற்றியபடி
முன் இருக்கையில் அமர்ந்திருக்கிறேன்
பின் பக்கமிருந்து பாட்டியின்
அழுகுரல் கேட்கிறது
"எம் புள்ளைகள தகப்பனில்லாத
அனாதைகளாக்கிட்டு போயிட்டீங்களே"
டிரைவர் கூடப் புலம்புகிறார்
"நீங்க அழுதுட்டீங்க
என்னால உள்ளயும் சொல்ல முடியல
வெளியவும் சொல்ல முடியல சார்"
முந்தின தினம் மருத்துவமனையில்
நிகழ்ந்தவை நினைவிற்கு வருகின்றன
தங்கை காரில் இருந்து இறங்குகிறாள்
என்னை நோக்கித் திரும்புகிறாள்
"அண்ணா ... அண்ணா ... அப்பாவுக்கு என்ன ஆச்சு அண்ணா...
அண்ணா அப்பா எங்கே அண்ணா ..."
ஆறுதலுமில்லாமல் மாறுதலுமில்லாமல் நான்
"இனிமேல அப்பாவுக்கு ஒண்ணும் ஆகாது"
"அண்ணா ... அண்ணா ... ப்ளீஸ் ... ப்ளீஸ் ...
இப்படியெல்லாம் சொல்லாதீங்க அண்ணா ...
ஆண்டவா அப்பாவுக்கு எதுவும் ஆகியிருக்கக் கூடாது"
"ஆபீசுலையே நேர்மையானவர்னு பேரெடுத்தவருங்க"
"எங்கே போனாலும் நடந்தே சலிப்பாரு"
சித்தியின் தேம்பல் நெஞ்சை அறுக்கிறது
"என் தம்பி கல்யாணத்துல இப்படி ஆயிருச்சே... ஐயோ ..."

'அமைதியைக் கலைக்காமல் தத்துவத்தை போதிப்பது
எப்படி என்பது எனக்குத் தெரியவில்லை'
- ஸ்பினோஸா

உயிரோசை
அக்டோபர் 2008

கவிதைத் தொகுதி

மழையும் வெயிலுமாகப் போய்க் கொண்டிருக்கிறது உலகம்
காற்றில் எப்போதுமிருக்கிறது யூகலிப்டஸ் வாசனை
ராஜா பட்டாம்பூச்சியும் ராணி பட்டாம்பூச்சியும் காதலிக்கின்றன
சுயயின்பம் செய்துகொள்கிறது காக்கை
தரையோடு ஒன்றுகிறது காக்கி நிறக் காவலாளிப் பட்டாம்பூச்சி
கொய்யாக் கிளைகளிடையே தெரிகிறது அற்புத வானம்
புற்களில் தேங்கியிருக்கின்றன மழையின் அணுக்கள்
சாலையெங்கும் வைரங்களைப் பெய்திருக்கிறது வானம்
என் பட்டாம்பூச்சியின் நிழல்களை
உன் சூரியன் தாண்டிச் செல்கிறது
நம் நதிக்கரையில் ஒரு அந்திப் பொழுது
இந்த ஒளிப்படத்தில் யாரோ குறுக்கிடுகிறார்கள்
மழையும் வெயிலுமாகப் போய்க் கொண்டிருக்கிறது உலகம்

உயிரோசை
மார்ச் 2009

மழை பார்த்தல்

நேற்று மழை மிதித்த மண்ணை
இன்று நான் மிதிக்கிறேன்
மழை ஓடிய தடத்தில்
மெதுவாக நான் நடக்கிறேன்
சாக்கடையில் வந்த வெள்ளம்
சாலையை நிரப்பியிருக்கிறது
குப்பை சுதந்திரமாக
நடு ரோட்டில் நீந்துகின்றது
மழை - மேகத்தின் Orgasm
என் Shoe-க்களுக்குள் புகுந்து கொண்டது கொஞ்சம்
ரெண்டு பாத்திரங்களில் சேமிக்கப்பட்டது கொஞ்சம்
போகக் கவிதையில் விழுந்ததும் மிஞ்சும்

உயிரோசை
மார்ச் 2009

ரசிகன்

வெய்யிலடித்து சூடாகும் நிலத்தில்
உடன் அடிக்கும் மழை ஆவியாகி நெளியும்
காற்றில் நீர்த் துகள்கள் சுழலும்
மண்ணின் தண்ணீர்த் தேக்கத்தில் குருவிகள் குளிக்கும்
பனிப்புகை சிகரெட் ஊதி பரவசப்படும் மனம்
கனவிலும் குளிர் மிதக்கும்
உள்ளே மௌனம் ஒலிக்கும்
வயலெட் நிறப் பூக்களின்
சாக்லெட் நறுமணத்தில்
ஆழ்ந்து போவேன்
அமிழ்ந்து போவேன்
அழிந்து போவேன்

உயிரோசை
மார்ச் 2009

காட்சித் துண்டுகள்

எதற்குள்ளிருந்தோ எட்டிப் பார்க்கும் உன் முகம்
ரெண்டாம் கருப்பையிலிருந்து மீண்டும் பிறக்கத் துடிக்கிறதோ
உன் விழிகளை இருளால் வரைந்தவன் எவன்
வெளிச்சத்தில் இருப்பவனே
இரவின் குளத்தில் உன் கை எதைத் தேடுகிறது
இந்த அர்த்தமற்ற தேடலை
உன் அடுத்த சந்ததிகளுக்கும் பரப்புகிறாயே
அவர்களை வளைத்து இவர்களை ஏவினீர்களே
இவர்கள் எதற்குள் செலுத்தப்பட்டார்கள்
நிர்வாணமாகக் குளிப்பது சுகம் தான் எனினும்
வெட்ட வெளியில் கொட்டும் அருவியில்
பிணங்களின் மேலா நீராடுவது

உயிரோசை
ஏப்ரல் 2009

என் டைரி உன் டைரி

என் டைரியை நீ படி
உன் டைரியை நான் படிக்கிறேன்
நாம் பதிவு செய்யும் காலம்
நம்மை வியந்து உறையட்டும்
நம் கருத்துகளுக்காக இந்த உலகம் காத்துக் கிடக்கிறது
என்னை நீ பாராட்டு
உன்னை நான் பாராட்டுகிறேன்
நீயும் Superstar
நானும் Superstar
என்னை நீ விமர்சனம் செய்
உன்னை நான் விமர்சனம் செய்கிறேன்
நீயும் Flop
நானும் Flop
எதிர்ப்போம் ஆதரிப்போம் தூற்றுவோம் போற்றுவோம்
நான் என்ன வேண்டுமானாலும் எழுதுவேன்
ஏனெனில் இது என் டைரி
நீ என்ன வேண்டுமானாலும் எழுது
ஏனெனில் அது உன் டைரி
படைப்பு தேர்வு பிரசுரம் எழுத்தாளன் வாசகன் வெற்றி தோல்வி
எதுவும் இல்லை
விடுதலை சுதந்திரம் பரவசம்
நானும் நீயும்
நீயும் நானும்
நானோடு நீயும்
நீயோடு நானும்
நம்முடன் எவரும்
எவருடனும் நாம்

உயிரோசை
மே 2009

நட்சத்திரங்கள் - தொகுதி 1

எப்பொழுதும் இருக்கும் யுத்தம்
கண்ணீரும் நினைவுகளும்
கோபத்தின் மறுபிறவி

உன்னிடம் பேசுவதற்கு
வார்த்தைகளை சேமித்துக் கொண்டிருக்கிறேன்
உன்னிடம் மட்டும் பேசுவதற்கு

பொய்யின் தூய்மை
தோல்வியுற்ற மனம்
நிலவின் வசியம்

உலகையே அழித்த துப்பாக்கி
மீதமிருக்கிறது
இன்னும் ஒரு குண்டு

பிரியும் பொழுது
நினைவுப் பரிசு கேட்ட தோழிக்கு
நினைவுகள்

புளிய மரத்திற்கு அடியில்
சித்தார்த்தன்
சிகரெட் பிடிக்கிறான்

தேவதையின் நிழலுடன்
ஒரு குரல்
என்னை நோக்கி வருகிறது
நான் மூழ்கிக் கொண்டிருக்கிறேன் / நான் இறந்துவிட்டேன்
எங்கே என் மனைவி

மின்னலுக்கு ஒரு கவிதை
இடிக்கு ஒரு கவிதை
மழைக்கு ஒரு கவிதை
புழுதி பார்த்தோம் - அதையும்
எழுதிப் பார்த்தோம்
இன்னும் எழுதுவோம்
எழுதிக் கொண்டே இருப்போம்

நவீன விருட்சம்
மே 2009

முன் செல்லும் காமத்தின் முகம்

ஒரு ஆசீர்வதிக்கப்பட்ட நாள்
என்னை மீண்டும் முத்தமிடுகிறது
பரவசத்தில் நான் காத்திருக்கிறேன்
விஸ்வரூபமெடுத்த என் தனிமையை
இதமாகத் தடவிக் கொண்டேயிருக்கின்றன
உன் காதல் கரங்கள்
என் காமத்தீவில் வெள்ளம் பெருக்கெடுக்கிறது
உன் நெஞ்சம் அதை அணை கட்டித் தடுக்கிறது
உன் வெறித்தனமான முத்தம்
என் இதழ்களைச் சூடேற்றி
என் உடலெங்கும் சுடரேற்றுகிறது
இயங்குகிறேன் மயங்குகிறேன்
மயக்குகிறாய் இயக்குகிறாய்
நம் அசைவுகளில் பிறக்கும் இசையை
நாம் அனுபவித்து ரசிக்கிறோம்
நாம் சற்றே இளைப்பாறுகிறோம்
'The cunt and the red rose' கவிதையை
உனக்குச் சொல்லத் துவங்குகிறேன்
"The dark center of this blossomed red rose ..."
என்றதுமே நீ "போதும் ... You are hypersexed ..." என்று கூறி
சற்று இடைவெளி விட்டு "So am I ..." என்று புன்னகைக்கிறாய்
நாம் நிலை மாற்றிப் புரள்கிறோம்
உன்னை நான் உறிஞ்சிக் குடிக்கிறேன்
என்னை நீ ... (தொடரும்)

உயிரோசை
மே 2009

புதிய மௌனம்

நான் ஒரு சிலை
நான் ஒரு சிற்பம்
ஒரு பட்டுக் கனவில்
உங்கள் மௌனத்தை
முடித்து வைக்கும்
ஒரு முகம்

மௌனத்தின் கானகத்தில்
தனிமையின் மரங்கள்
உன் கண்களில் இருக்கும்
மெல்லிய மாயம்
அம்பலமாகுகிறது

கோடி நட்சத்திரங்களின்
கூட்டு மௌனம்
என் கவிதையின்
இருளைத் துளைக்க
யாருக்கோ ஞானம் பிறக்கிறது

மே 2009

புணர்ச்சி விதி

'பொதின்மலை யன்ன வனமுலை'
பார்த்துப் பரவசப்பட்டு
கதிரியக்கக் கனவுகளில்
இகவசம் விட்டு
இருட்டு வெளியில்
குருட்டுக் குதிரைகள்
பிடறி மயிராடக்
காமம் இடறிப் பின்
வெண்புரவியோடிய தடம்
கனவிற்கு கருப்பு நிறம்
நினைவிற்கு நிறமற்ற நிறம்
நாம் saggitariunகள் தாம்
புணர்ச்சி விதியில்
'நீ + நான் = நாம்'
என்றாகும்
அற்புத அழகியல்

மே 2009

நகரும் காலம்

துறைமுகத்தில் வந்து நிற்கும் கப்பல்கள்
கண்ணாடிவெளியில் கர்ஜித்துத் திமிறும் கருப்புக் கடல்
அலையலையாய் கிளம்பும் பறவைகள்
மங்கிய ஒளியில் மரணத்தை நினைவூட்டும் மாலை
ஒரு பஸ்
ஒரு பயணம்
ஒரு கணம்
ஒரு காட்சி

மே 2009

சட்டென்று மாறும் காலம்

கருப்பு சிவப்பு வெளுப்பு எனக்
கோடுகளாகிப் பிரியும் காட்சி
வௌவால்களின் ultrasonics அறிவு
என்னை உணராது போகும்
தலையணைக்குள் கேட்கும் என் இதயத் துடிப்பு
தண்டவாளத்தில் ஒலிக்கும் நம் காதல்
மாடி மதிலின் மேல் சாம்பல் நிற ஆந்தை
வெகுநேரமாய் அசைவற்று அமர்ந்திருக்கும்
இரவைச் சாப்பிட்டபடி
கடல் என்னைக் கொப்பளித்துத் துப்பும்
நள்ளிரவு 1:17 மணிக்குப் பறக்கும் காக்கைகள் பற்றி
அப்புறம் சொல்கிறேன்

மே 2009

சாக்கடையில்
மின்னும் தெருவிளக்கு
குப்பை கொட்டாமல் திரும்பினேன்

மே 2009

நகரம்

அது கடல் இருக்கும் நகரம்
அது என் காதலி இருக்கும் நகரம்
அங்கே மாலை வேளைகளில் கோயில்களில்
அவளுக்காக தவம் இருந்திருக்கிறேன்
அவள் முகவரி தெரிந்தும்
வேறு எங்காவது அவள் முகம்
தென்படுமாவென அலைந்திருக்கிறேன்
ஒரு நகர வாழ்க்கையின்
கருணையற்ற தன்மையைக் கொண்ட அவள்
அதே நகர வாழ்க்கையின்
தனிமையை எனக்குள் திணித்துவிட்டாள்
அது கடல் இருக்கும் நகரம்
அது என் காதலி இருக்கும் நகரம்

என் கனவுகளைத் திருட வந்தவளே
உன் கவிதைகளை அப்படி
மேஜை மீது வைத்துவிட்டுப் போ
உற்று நோக்கும் என் விழிகளின்
ஊடுருவல் தாங்காமல்
அவ்வப்போது உன் பார்வையை
விலக்கிக் கொள்கிறாய்
இந்த மழைக் காலத்திலும்
தவளைச் சத்தம் கேட்காத நகரம் இது

மே 2009

அணுவினுக்கணுவாய்

'யமுனை ஆற்றிலே' ராதை பாடுகிறாள்
'ஈரக்காற்றிலே' நீந்தி வரும் அவள் பாடல்
கண்ணனைத் தேடுகிறது
மென்மையின் திரட்சி அவள் குரலின் தீவிரம்
(மூச்சுக்குழலா புல்லாங்குழலா)
கண்ணன் எங்கிருந்தோ வருவானென்று
காத்துக் கிடக்கிறாள் எதிர்பார்த்து
கண்ணன் இங்கேயே தான் இருக்கிறானென்று
கண்டுணர முடியாமல் தவித்து
'அன்புத் தொல்லை'க்கு பயந்து
காதலை நிராகரிக்கிறாள்
'பாவம் ராதா'
(அவளுக்காக)

ஜூன் 2009

பிரம்மாண்டம்

வாசல் தெளித்ததில்
தேங்கிய நீர்
குடிக்கும் காக்கை

ஜூன் 2009

2001 - ஒரு காதல் கவிதை

நாம் தகவல் தொழில்நுட்ப நெடுஞ்சாலையில்
பயணப்பட்டுக் கொண்டிருக்கிறோம்
நான் உன்னைக் காதலிக்கிறேன் என்பதும்
உனக்கு நான் சொன்ன ஒரு தகவல் தான்
நான் உன்னைக் காதலிக்கிறேன் என்பதற்கு 1
நீ என்னைக் காதலிக்கவில்லை என்பதற்கு 0
நான் உன்னை ரொம்பக் காதலிக்கிறேன் என்பதற்கு ... ?
இப்போது நாம் binaryஇல் பேசுகிறோம்
இப்போதென்ன எப்போதுமே இப்படித்தான்
பேசி வந்திருக்கிறோம்
இந்தக் கவிதையை உன் கணினி
எத்தனை byteகளாக உள்வாங்குமோ
அதன் A.I. இது காதல் என்பதை உணர்ந்தால்
நாம் சாதித்துவிட்டோம்

குறிப்பு: இந்தக் கவிதை 1991-இல் எழுதப்பட்டது

நந்தாகுமாரன்
2012

ஜூன் 2009

2002 - ரெண்டாம் காதல் கவிதை

கணினி வளர்த்த காதல் இது
ஒரு டிஜிட்டல் முத்தத்தில்
நம் நட்பு உரு மாறியது
உன் கண்களிலிருந்து தீபங்களின் சுடர்களுக்கு
உன் உதடுகளிலிருந்து ரோஜாப்பூவின் இதழ்களுக்கு
உன் கன்னங்களிலிருந்து பூங்காவின் பசுமைக்கு
நீயும் ஒரு மீஉரைப் பக்கம் தான்
சரி
உன் புன்னகையை மின்னஞ்சல் செய்

ஜூன் 2009

Whiskey with நந்தா

என்னோடு குடிக்க விரும்புபவர்கள்
ஒரு glass மட்டுமாவது கொண்டு வாருங்கள்
ஒரு ஓரவஞ்சனையும் இல்லை
என்னிடம் freeயாகப் பெற்ற ஒரேயொரு
Seagram's Passport whiskey glass தான் இருக்கிறது
ஆனால் ஒரு முழு bottle
Royal Challenge Finest Premium Whiskeyஐ
உங்களோடு பகிர்ந்து கொள்ளத் தயார் எப்போதும்
கவலைப்படாதீர்கள்
நான் ஒரு quarteருக்கு மேல் குடிக்க மாட்டேன்
உங்கள் நண்பர்களைக் கூட்டி வருவதென்றால்
மீதி முக்கால் bottleஐ உங்களோடு சண்டையிடாமல்
பகிர்ந்து கொள்ள முடிந்தவர்களை மட்டும் அழைத்து வரவும்
side dish கூட நானே ஏற்பாடு செய்து விடுகிறேன்
boiled peanuts அல்லது seer fish (குழம்பில் இட்டது)
குறைந்த பட்சம் வெங்காயம் தக்காளியாவது
soda, sprite, 7up வேண்டுமெனில்
நீங்கள் தான் எடுத்து வர வேண்டும்
கலந்து குடிக்க நல்ல தண்ணீருக்கு நான் பொறுப்பு
7 மணிக்கு ஆரம்பித்து 9 மணிக்குள் முடித்துக் கொள்வோம்
(AM or PM என்று கேட்பவர்கள் please excuse)
அப்போது தான் 10 மணிக்குள் dinner சாப்பிட்டு அனைவரும்
வீடு திரும்ப முடியும் ...
வீட்டிற்குப் போனதும் எனக்குகொரு sms அனுப்பினால்
நிம்மதியாக இருக்கும்
குடிக்கும் போது
ஏதாவது பேசலாம் அல்லது மௌனமாகக் கூட இருக்கலாம்
இந்தக் கவிதையைப் பற்றி மட்டும் பேச வேண்டாம்

குடிகாரன் பேச்சு அல்லது சில பின் குறிப்புகள்:
1. ...
2. இந்தக் கவிதை நந்தாவைப் பற்றியது அல்ல
3. இந்தக் குறிப்பை நீங்களே எழுதிக் கொள்ளுங்கள்
June 2009

நட்சத்திரங்கள் - தொகுதி 2

நாளையில் மோதி
விபத்திற்குள்ளான இன்று
நேற்றே இறந்துவிட்டது

காதலர்களின் கண்கள் கவனிக்கின்றன
தூரத்து நீரூற்றை
கல்லடிபட்டு
மலரும்
குளம்
நீந்தும் இதழ்களுடன்
வீணாகும் முத்தங்கள்
செத்து விழுகின்றன

சுழலும் நிலவொளி
ஒரு காலைப் பொழுதாக
மாற்றம் கொள்கிறது
மறந்து போன வார்த்தைகள் - வரிசை கொண்டு
பறந்து போகின்றன வானில்

அது சூர்யோதயமா அல்லது அஸ்தமனமா
தெரியவில்லை
ஆனால் அழகாக இருந்தது

பட்டாம்பூச்சியின் அடுத்த கனவில்
மலரானேன்
விழித்த போது
எதையுமே கேட்கத் தோன்றவில்லை

அந்திச் சூரியனில் நனைந்த
பஞ்சு மேகங்கள் மிதந்து செல்கின்றன
மேற்குத் தொடர்ச்சி மலைகளின் மேல்
நான் பார்த்துக் கொண்டேயிருக்கிறேன்

ஸ்படிகம் உறைந்த உன் கண்கள்
இவற்றைத் தவறவிடலாகாது:
1) இரும்பு வானம்
2) கோடையின் இறுகிய அன்பு
3) குளிரின் கவனமற்ற கொலைவாள்

காலம் மாறுவேடமிட்டு நடக்கிறது
அரியணை இழந்த உண்மை
வீடற்றுப் போனாலும்
உயிரற்று விடவில்லை

உயிரோசை
ஜூன் 2009

கனவு பூமியும் Neuron Networக்கும்
(scifaiku)

செவ்வாய் கிரகத்தில்
என் புதுமனை புகுவிழா நாளின் இரவில்
பல்லியின் சப்தம்

பழுதுபட்ட கால எந்திரத்தில்
என் கால்களுக்கு இடையே
ஓடும் கரப்பான்பூச்சி

அரை மணியில் தயாராகிவிட்டது
என் புற்று நோய்க்கான designer drug
அந்த எழவெடுத்த மருத்துவரின்
prescription கையெழுத்து தான் புரியவில்லை

பூங்கா மூடும் நேரம்
என் க்ளோனிங் காதலியை சந்திக்கும்
என் க்ளோனிங் நான்
கவனிக்கும் நான்

ஒரு ஒளி வருடத்திற்குப் பிறகு கிடைத்த
என் காலி டைரி

ஜூன் 2009

தலைப்பிடப்படாதது

துள்ளித் துடிக்கும் உடல்
நிலவொளியைப் திருப்பிப் போடுகிறது
ஆழத்தின் அடிவாரத்தை நோக்கி
சோம்பேறித்தனமாக விழுகிறது
அறுபட்ட தலை
வானத்தைக் கூட்டிக் கொண்டு
நடக்கிறது ஆறு
ஆற்றைப் பார்த்தபடி
கிடக்கிறது வானம்

உயிரோசை
ஜூன் 2009

தலைப்பிடப்படாதவை

கருஞ்சிறகுக் கொம்பும்
செங்குருதிக் கன்னமும்
கொண்ட அந்தப் பறவை
இந்தப் பூமரக் கிளையில் அமர்ந்து
அவசரமாக மலங்கழித்துவிட்டுச்
சென்றதைப் போல
நம் காதல்

உன் குரலை மட்டும்
நீ எனக்குள் எறிந்துவிட்டுப் போய்விட்டாய்
அது இன்னமும் பாடிக் கொண்டிருக்கிறது
நீலக்கடல் அசையும் ஒலி
ஒலிகளுக்கிடையே எப்படியோ
தூங்கினேன்
மௌனத்திற்கிடையே எப்படியோ
விழித்தேன்

இரவு வானில் சிதறிக் கிடக்கும்
நட்சத்திரப் புள்ளிகளை
மனக்கோடுகளால் இணைத்து
உன் உருவத்தை வரைகிறேன்
ஒரு மனநோயாளியின்
ஓவியத்தைப் போல

வினோதமான வார்த்தைகளால்
உன்னைக் காதலிப்பதாகச் சொன்னேன்
விளங்கும்படியான மௌனத்தில்
என் மேல் காதலில்லை என்றாய்
என் கவிதை பட்டறையில்
நம் காதலை வடிவமைக்கத் தொடங்கினேன்
புதிதாக

உயிரோசை
ஜூன் 2009

மண்புழுக்கள் நெளியும் மண்டை

சீரற்றுத் துடிக்கும் கடலின் இதயம்
நீரற்றுப் போகும் உடலின் கணையம்
நாடி பார்த்தவன் சொன்னான்
சிறகுகளின் இசையில்
பிரதியெடுக்கப்பட்ட கவிதை பிரேதமானது என்று
கிறுக்கப்பட்ட கோடுகள்
முற்பிறவிக் கடன் பட்டியல் என்று
ஒளி உண்ட கண்கள் உளறியது
காட்சி அஜீரணம் என்று
புகையின் நிழல்
எப்போதும் ஏதொவொரு
ராகத்தின் நேர்த்தியுடன்
நெளியும் என்று
மீன்களுக்கு விடுதலை தரும் நதி
பாத்திரங்களில் பாதுகாக்கப்படும் என்று
கும்பிடாவிட்டாலும் ஒன்று
கும்பிட்டாலும் நன்று
என்று

ஜூலை 2009

கூடலும் கூடல் நிமித்தமும்

பிறகு நாம் கடல்நீருக்குள் கைகோர்த்து
ஒருவரையொருவர்புஉணர்ந்தோம்
நம் நீள்கூந்தல் அலைய
மெர்மெய்டுகளின் இருத்தலை நிராகரிக்கும்
மூடமானிடர் வாழ்க

வேறு ஒரு வெளியில்
வேறு ஒரு கிரகத்தில்
வேறு ஒரு பெயரில்
வேறு ஒரு நிர்வாணத்தில்
ஜெர்கின் அணியாத
அவள் பின்புறம்

கால்களின் அரவணைப்பில்
உடலில் நகக்குறி மீட்டிய குருதி ரேகைகளுடன்
சிவந்த குறியும்
ஓநாய்த் தலையும்
என
வால் சுழற்றும் ராட்சத மிருகம் நான்
என் முதுகில் பழுப்பு முலைக் காம்புகள் படர
வௌவால் சிறகுகள் விரித்து
நீ பறக்கத் தயாராகிறாய்
நான் இறக்கத் தயாராகிறேன்

ஜூலை 2009

உறுமும் பொழுதுகளின் சர்ரியலிசம்

இல்லை இருந்தது
அதனால்
தொல்லை இருந்தது
இல்லைக்கு எல்லையே இல்லை
ஏனென்றால்
இல்லை என்பதே இல்லை
இப்போது
இல்லையும் இல்லை
அதனால்
தொல்லையும் இல்லை
சுண்டிய காசு
காணாமல் போச்சு
சித்தாந்தம் பொய்யாச்சு
சிரிப்பா சிரிச்சாச்சு
காதலிக்கிறவன் மனசு
தெனமும் ஒரு தினுசு
வரும் போகும்
ஞானம்
எல்லாம் ஒரே ஜென்னா இருக்கு
ஒண்ணும் புரியல
சரி விடு
போய்ப் படு

ஜூலை 2009

காதல் மண்டலம்

சிவந்த மேகங்கள் சூழ
எல்லோரும் தத்தம் துணைகளுடன்
வானத்தில் காதலிக்கிறார்கள்
இலைகளற்ற மரங்களில்
பூமிக்கு மேலே வந்து
வேர்களும் எட்டிப் பார்க்கின்றன
நீ குளிப்பதை
மலையருவி குத்தும் காட்டாறு
ஒற்றைக் கொம்பு மானிடன் உன்னை ...
விழித்தால்
'வண்டுது பனிமலர்'

உயிரோசை
ஜூலை 2009

நீ என்று ஒரு நான் - ஒரு சுயஓவியம்

தன் முதுகில் பூத்த வண்ணச் சிறகுகளுடனும்
நீல நிறம் பூசிய நீண்ட விரல் நகங்களுடனும்
ஒரு விண்கல் மீது மண்டியிட்டு
தனிமையில் காத்திருக்கிறாள் அவள்
பூமி உருண்டை கோள்களற்றுத் தவிக்கிறது
அவள் கோலோச்சிய அந்த குட்டி கிரகத்தில்
அவள் தான் தேவதை அவள் தான் அணங்கு
நிறங்கள் வெடித்துச் சிதறி குழம்பி நிரம்பி வழியும்
நிஜம் போலவே இருக்கும்
- ஓவியம் / ஒளிப்படம்
இது நீயா என்றால் நானாகவும் இருக்கலாம்
இது நானா என்றால் நீயாகவும் இருக்கலாம்
Electronகளின் கோபம் எழுதிய
வெளிச்சம் படிந்த விழிகளின் விதிப்படி
நீ என்று ஒரு நான்

உயிரோசை
ஜூலை 2009

செய்யாத பாவம்

மண்டை ஓடுகளும் துண்டிக்கப்பட்ட கைகளும்
கொதிக்கும் கடலலைகளிடையே
நீ உருவெடுத்தாய உடல் காட்டும் பட்டு உடையில்
சீறிப் பாயும் கொம்பு முளைத்த பாம்புகளிடையே
போராடும் தனிமனிதன் நான்
ஆப்பிள்கள் இல்லாத இந்த ஊரில்
என்ன பாவம் செய்வது
கடவுளே / சைத்தானே

உயிரோசை
ஜூலை 2009

காதல் = காமம் = x = ?

அசைவுகளற்றிருந்தது இரவு
ஸ்தம்பித்து நின்றது உலகம்
ரத்தத்தோடு உறைந்து போயின
சில அதிமுக்கியமான வார்த்தைகளும்
ஏதோ சப்தம் எழுப்ப வேண்டுமே என்பதற்காக
அசந்தர்ப்பமாக, "I Love You" என்று சொல்லி வைத்தேன்
நீயும் ஏதாவது சலசலத்திருக்க வேண்டும்
முட்டாள்தனமாக மௌனம் காத்தாய்
சிறிது இடைவெளிக்குப் பின்
உன் முலைகளுக்கிடையே முகம் விதைத்தேன்
நீ நிமிர்ந்தாய் விழிகள் மூடி - நிலவில் நாம்
உடலில் நகக்குறி மீட்டிய குருதி
கவிதை இங்கே முடிகிறது
காதல் அங்கே தொடர்கிறது

உயிரோசை
ஜூலை 2009

ஏழாவது விழிப்பு

பிரபஞ்ச வெளியின் முப்பரிமாண நிழலில்
நட்சத்திரங்களான நம் உடல்கள்
இணைந்தே மிதக்கின்றன
செத்துப் போனாலும் அழியாது இருப்பது
என்பது உயிர்ப்போ
உலகத்தில்
அந்தரத்தில் தொங்கிக் கொண்டிருப்பவர்கள்
என்றொரு ஜாதி
தேவதையே
இது வானத்தில் தவழ்ந்தும் தரையை மிதிக்கும்
நீ எடுக்காமல் எடுத்த விஸ்வரூபத்திற்கு
கண்ணுக்குத் தெரியாத உன் சிறகுகளால்
உன் வெற்றுடலை மூடிக்கொள்
நன்றி
காற்றின் குளிரைக்
கவிதையாக்கக் கற்றுக் கொடுத்தவனுக்கு

உயிரோசை
ஜூலை 2009

ஏழாவது விழிப்பு - 2

நமக்குப் பின்னால்
ஒரு பிரளயமே நிகழ்ந்து கொண்டிருக்கிறது
அதை சற்றும் உணராதவர்களாக
காதலித்துக் கொண்டிருக்கிறோம் நாம்
உன் வெட்கத்திற்கு நான்
'சொடுக்' எடுத்துக் கொண்டிருக்கிறேன்
இரவு வானின் கருப்புப் பின்னணியில்
வெளிச்சத் தீற்றல்களாக வெள்ளை மேகங்கள்
கொஞ்சுகின்றன ... நீயும் தான்
சமாதிக்கு உள் இருந்து ஒரு கை
வெளிப்படுகிறது நம்மை நோக்கி

சிறகுகளால் சூழப்பட்டு இருந்தது
இந்த உலகம்
நாம் இருவரும்
ஒரு புயலின் மையத்தில் சிக்கிக் கொண்டு
ஆனந்தமாக சுழன்று கொண்டிருந்தோம்

'அதனுடைய' "வாருங்கள்"
என்ற கையசைவில்
பார்வைகளாகி
ஒரு கண்ணுக்குள் போய் கலந்தோம்

உயிரோசை
ஜூலை 2009

உடைபடும் மௌனம்

காற்றில் ஓவியம் தீட்டிய
உன் வாத்தியக் குரல்
மறுபடியும்
என் கனவுக்குள் புகுந்து கொண்டது
மனம்
விபரீதமாகச் சிந்திக்கத் தொடங்கியது
வதைத்தது
வார்த்தைகளில்லாத அக்கவிதை
மௌனத்தில் ஊறிப்போய்
பின் வெடித்தேன் நான்
என் கோபம் இசையானது
சளைக்காமல்
போட்டி போட்டுக் கொண்டு
அடிவானத்திலிருந்து
எழுந்த உன் சங்கீதம்
என்னை இரவுக்கு அடியில்
போட்டு அழுத்தியது
கருந்திசுக்கள் பிய்ந்து தொங்க
விளைந்து நின்றேன்
உன்னைப் பார்த்துக்
கிண்டலாகக் கண்ணடிக்கும்
ஒரு நட்சத்திரமாக
ஒவ்வொருமுறையும்

உயிரோசை
ஜூலை 2009

Statement 1 : **ரோஜாப்பூ கடவுள்**

காற்று விசிலடிக்க
மழையில் நனையும்
அந்த ரோஜாப்பூவை விடவா
நமது கடவுள்
அழகாக இருந்துவிடப் போகிறார்
அற்புதங்கள் செய்துவிடப் போகிறார்

Statement 2 : **என் தலைக்குள் ரோஜா**

என் மூளை ஒரு ரோஜாப் பூவாகிப் பூத்த வேளை
நான் கடவுள் இருக்கிறாரா என யோசித்துக் கொண்டிருந்தேன்

அதிகாலை
ஜூலை 2009

Statement 3 : மறுபடியும் மழை

தென்னையின் நீள் விரல்களில் வழியும் நீர்
இன்னும் காயாத துணிகளின் சொதசொதப்பு
நகரெங்கும் விரிக்கப்பட்ட குடைகளின் எண்ணிக்கை
சேற்றில் பயணப்பட்டு
வீடு திரும்பிய சக்கரங்களின் பழுப்பு நிறம்
பெய்த மழைக்கு சாட்சி
இரவெல்லாம் மழை சப்தமாகப் பேசிக் கொண்டேயிருந்தது
நான் மௌனமாகக் கேட்டுக் கொண்டேயிருந்தேன்

அதிகாலை
ஜூலை 2009

ஒளி எரித்த திரை

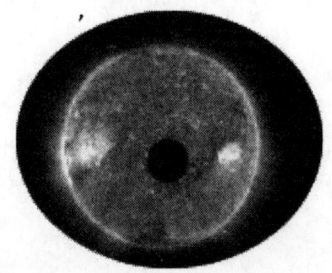

உங்கள் தலை மறைக்கிறது
சற்றே இடப்பக்கம் சாய்ந்து
கொஞ்சம் கீழே இறங்கி அமருங்கள் என்றேன்
என் தலை என் முன் இருப்பவர் தலையையும்
சேர்த்து மறைப்பதாகக்
குரல் எழுப்பினார் இன்னொருவர் என் பின்புறம் இருந்து
சரி இடைவேளையின் போது
Gold Spot-இல் தர்ப்பைப் புல் போட்டுக் குடித்துவிட்டு
யாரிடமாவது கதை கேட்டுக் கொள்ளலாம் என்று
கோரோனா எரித்த ரெட்டினாவை கங்கையில் கரைத்துவிட்டு
பாப்கார்ன் சாப்பிடத் துவங்கினேன்
ஜுபிட்டரின் பாதையில் குறுக்கே போனதாக
என் மீது மற்றொரு குற்றச்சாட்டு எழுந்தது
ப்ளூட்டோவிலும் தான் நிகழ்கிறது பூரண சூரிய கிரகணம்
கண்ணாடி அணிந்து கொள்ளுங்கள் என்னைப் போல என்றேன்

ஜூலை 2009

திட்டவட்டமாக

நான் அவளைச் சுற்றி
ஒரு வட்டம் வரைந்தேன்
அவள் என்னைச் சுற்றி
ஒரு வட்டம் வரைந்தாள்
வட்டங்கள் ஒன்றை ஒன்று
வெட்டிக் கொண்டு
இணையும் புள்ளிகளில்
யாரோ எங்களைச் சுற்றி
ஒரு வட்டம் வரைந்தார்
ஏதோ ஒரு விதிப்படி
நாங்கள் அந்த வட்டங்களை விட்டுத்
துடித்து வெளியேறினோம்
இப்போது நாங்கள்
எந்த வட்டத்திற்குள்ளும்
இல்லை ... இல்லாமலும் இல்லை

நவீன விருட்சம்
ஆகஸ்டு 2009

நாற்பட்டகம்

இன்று இது நான் புகைக்கும் எத்தனையாவது சிகரெட்டோ
இன்று இவள் நான் காதலிக்கும் எத்தனையாவது பெண்ணோ
இன்று இது எத்தனையாவது இன்றோ
இன்று இது எத்தனையாவது எத்தனையாவதோ
எப்போது நினைத்தாலும் அழ முடிகிறது
எப்போது நினைத்தாலும் காதல் வசப்பட முடிகிறது
எப்போது நினைத்தாலும் கவிதை எழுத முடிகிறது
எப்போதுமே நினைக்கத்தான் முடிகிறது
தனிமைக்கு பயந்தவர்கள் சிகரெட் பிடிக்கிறார்கள்
தனிமைக்கு பயந்தவர்கள் மது அருந்துகிறார்கள்
தனிமைக்கு பயந்தவர்கள் காதலிக்கிறார்கள்
தனிமைக்கு பயந்தவர்கள் கவிதை எழுதுகிறார்கள்
தனிமைக்கு பயந்தவன் தனிமையாகவே இருக்கிறேன்

நவீன விருட்சம்
ஆகஸ்டு 2009

ரெண்டாம் காலம்

வானவிழ் மழைவழி
தரையுமிழ் மரவடி
மஷ்ரூம்கள் மலர்ந்த
விழிஎழும் பாதையில்
மழைஉளி செதுக்கிய
மேகவிக்ரஹ பிரதிஷ்டை
காண வந்தவன் கண்கோப்பைகளில்
ரஷ்ய சாராயமும் இந்திய இளநீரும்
ப்ராகலி மேன்சூரியன் பொரியல் தின்னும்
அவன் மாமனிதன் எழுதும் காவியத்தில்
இயந்திரக் குப்பை அள்ளும்
மனித ஸ்பரிசம் மறந்த கைகள்
மடக்கி நீட்டிக் காட்டும்
ஆகாயம் மூச்சு விடும் அதில்
"விண்ணெழும் புள்ளு"

ஆகஸ்டு 2009

4°C

1

தூக்கத்தில் கவிதை எழுதும் வியாதி
அவனுக்கு இருக்கிறது
பாலிதீன் பைகள் பூத்த நிலத்தைப் பார்த்து
உலகம் தட்டை என்றான்
கல்லால் அடிக்கலாமா என யோசித்துவிட்டு
மன்னித்தார்கள்

2

ஏழாவது வரியில் இந்தக் கவிதை தொடங்கும் என்பதால்
பூமி தவழும் பாதையில் நட்சத்திர தூசு
என்ற உருவகமும்
தூக்கம் வராதவன் புரண்டு புரண்டு படுப்பதைப் போல கடல்
என்ற உவமையும்
ஏற்கனவே எழுதப்பட்டுவிட்டதா என யோசிக்கையில்
முதல் வரியில் இந்தக் கவிதை முடியும்

3

மணிப்பூக்கள் மலர்ந்து தொங்குகின்றன
உன் முகங்களாக
அவன் கை படுத்தபடி சிந்தித்துக் கொண்டிருக்கிறது
நடுராத்திரியின் மண்டையைப் பிளந்தபடி
ஒரு நட்சத்திரம் உதயமானது
அப்போது அவன் கை எழுந்து
டார்ச் வெளிச்சத்தில்
ஒரு கவிதை எழுதிவிட்டு
உறங்கப் போனது

4

பாறைக்குள் பறந்து கொண்டிருந்த என்னை
ஒரு புல்லாங்குழல் கண்டுபிடித்தது
அவள் புன்னகையைப் பிழிந்தால்
கண்ணீர் சொட்டுகிறது

5

தன்னைக் கவர்ந்து சென்று
காதலித்த புணர்ந்த அந்தப் பூச்சியின்
விஞ்ஞானப் பெயர் அறியவில்லை அவள்
ஆனால் அவளுக்குத் தெரியும்
அவள் கனவில் அவன் இருந்தான் என்று

6

'கழுவப்பட்ட ப்ளம்ஸ் பழங்கள் காத்திருக்கின்றன'
என்ற காதல் கவிதையை
அவன் எழுதப் போவதில்லை

உயிரோசை
ஆகஸ்டு 2009

பலூன்கள் பறக்கும் பள்ளத்தாக்கு

எல்லோரும் கிளம்புகிறார்கள்
வெளிக்கிருக்க
தூரதில் ரெண்டு சிகரெட்டுகள்
நடந்து வருகின்றன
LED-க்கள் ஒளிரும்
முட்புதர்களின் வாசனை
அச்சம் ஏற்றுகின்றது
ஏற்கனவே குளிர்ந்த உடல்களில்
புளியம் பழங்கள் எங்கள் வயிற்றுக்கு உணவாகும் முற்பகல்
7 கிலோமீட்டர் தூரத்தில் இருக்கிறது
ஆற்றில் ஓடும் சூரியன்
சூடாகவே இருக்கும்
அதுவும் இந்நேரத்திற்கு
தியானலிங்கத்தின் திருப்பள்ளியெழுச்சியில்
பிரவாகம் கொள்ளும்
பிரம்மமுகூர்த்தத்தின் பனிச்சிற்பம்
இழுத்துச் செல்லும்
இருள் வெடித்த காடு
என்பிரானின் எபாகலிப்ஸ்

உயிரோசை
ஆகஸ்டு 2009

-1

டெரக்கோட்டோ விதைகள்
நடப்பட்ட காலங்களின்
சிற்பச்செடிகளாக முளைத்து
இலைவிட்டுப் பூக்கின்றன
வேரறுந்த ரசனைமனப்பிணங்களாக

வார்த்தைகள் நீந்தும் அக்வேரியம்
புனைவுக் கழிவுகளின்
நைட்ரஜன் சுழற்சியில்
விந்துச்சமாதியாகிறது

விஷமூச்சு விரிந்த
சந்தைத் தெருக்களில்
செல்ஃபோன்கள் காணாமல் போகின்றன
பலூன்கள் விற்றுத் தீர்கின்றன

மெழுகுவர்த்தி வெளிச்சவெடிப்பின் அழுகியகதிர்களில்
கண்ணாடி அணிந்த குழந்தைகள்
வீட்டுப்பாடம் படிக்கிறார்கள்

நீலம்பாரித்த உடல்
ஊர்வலம் போகிறது
வெற்றுவெட்டுகளின் துவாரங்களில்
வெளியேறும் பெருமூச்சுகளுடன்
குளிர்ந்து இறுகிய குளத்தில்
உறைந்து சிறைபட்ட மின்னலின் பிரதி
விடுதலையடைகிறது
எரிதழலின் வெம்மை தாளாது

உயிரோசை
செப்டம்பர் 2009

1500m AMSL - மேகம் 9

ஏழு பகல்விழி எரிமழை
ஏழு துகள்வளி கரி-அலை
தாண்டிய பொலேரோ பயணம்
மலைமுளைத்த மண்ணில்
வெண்திராட்சைக் கொடிகளும்
கிலோ நாற்பது ரூபாய்க்கு
திப்பு சுல்தான் தங்கிய லாட்ஜில்
இடமும் இல்லை
யாரும் இல்லை
க்ரிப்டனைட்-குளத்தின் பெண்டுலம் அசைவில்
கால் நனைத்து மகிழும் சூப்பர்-குரங்குகள்
பாறைகள் மீதேறி கீழே கிடந்த அழகின் புன்னகை பார்த்தோம்
98% fat-free probiotic தயிர் சாதம் சாப்பிட்டோம்
மூன்று ரூபாய்க்கு மூத்திரம் போனோம்
இருபது ரூபாய்க்கு சரித்திரம் கேட்டோம்
புதருக்குள் புணரும் முத்தங்களை
எங்கள் சத்தங்களால் தவிர்த்தோம்
எழ முடியாமல் கிடக்கும் காளை
தொழ முடியாமல் கடக்கும் கால்கள்
சொல் பேச்சு கேட்கும் கோயில் பூனைக்கு
ராமு என்று பெயராம்

உயிரோசை
செப்டம்பர் 2009

ரயிலாட்டம்

ஒரு கை இழந்தவன் மறுகையில்
அதன் நீளத்திற்கு புத்தகங்களை
அடுக்கிச் செல்கிறான் விற்பனைக்கு
"வயிறு எரிஞ்சி சொல்றேண்டி
இட்லியும் மிளகாய் சட்னியும் சூப்பர்"
"ஏண்டா நாலு பரோட்டா வாங்கிட்டு வான்னா
ஆலு பரோட்டா வாங்கிட்டு வந்திருக்கியே ..."
மூன்றடுக்கு மாளிகைகளில்
ஒரு பெர்த்தில் இரு தூக்கம்
பைபாஸ் செய்யப்பட்ட காவேரி உயிரோடு இருக்கிறது தான்
சூப்பர்-குரங்குகள் கால் நனைக்காத க்ரிப்டனைட்-குளங்களும்
சிறப்பு தரிசனம் Rs.20/- Special Entrance Rs.50/-
கொதிமணல் சிமெண்ட் தரை
விதீமிதித்து ரெங்கனைத் திட்டினள்
உயிருடன் உடல்தகனம் ஏ.இன்றி அமையாது திருச்சி என்றனன்
ஒளிப்படம் எடுக்காதே
கேமிரா சார்ஜஸ் தனி
குளித்தலை கழிப்பிடம்
கடந்தது வழித்தடம்
டட்கலில் வேண்டுதல் நிறைவேற
சுகபூகம்பத்தூக்கம்

உயிரோசை
செப்டம்பர் 2009

எ:கு முட்டைகள்

காலஒலிப்பேழை இசைக்க மறந்த
ஒரு மஹாஇரவின்
நசுங்கிய நிலவொளியில்
நடுங்கும் கரங்களுடன்
நட்சத்திரங்கள் வரைபவன்
ஓய்வெடுக்கும்
எஃகு முட்டைகள் இடும் பறவை
தன் நீண்ட குறி விறைத்துக் கிடக்கும்
சுல்தான் மாளிகை வாசல் முன்
உபகிரகத்தின் அலைவரிசைப் பாதை தடைபட
ஒளிப்படக் கலப்படம் புலப்பட
இக்கணம் இக்கவிதையில்
மாய்சனைட் புதையல் காக்கும்
மன்னவன் வந்தானடி தோழி

உயிரோசை
செப்டம்பர் 2009

முன் பின்

மழைக்கீறல்கள் விழுந்து கொண்டிருக்கும் படத்தில்
எழில் விரியும் கரும்புள்ளி செம்புள்ளி குத்திய
பச்சை மாமலை மேனி கொண்டு
.7z கோப்பின் கடவுச்சொல் தொலைத்தவன்
மூளையின் குறுக்குத்தெருக்களில்
தேடிக் கண்டடையும்
Grindhouse திரைப்படங்களில்
அவள் முலைகளுக்கிடையே மலரும் சூரியன்
பின்
நவீனத்துவ ம்யூசியத்தில்
தன் வெட்டிய தலை பரிமாறப்பட்ட தட்டில்
தன் முதுகு பார்த்து
தையல் எந்திரங்கள் ஓட்டிப் பழகும் மனதில்
Silhouette பனை மரங்களில்
Twin Tower நகலெடுத்து
கோயில் கடவுளுக்கு ஒளி கொடுக்கும்
Mini windmill மற்றும் Solar panel
விட்ட கவிதை தொடரும்
இது அநியாயம் என்னும் விதி
பூக்களின் Gangbang புணர்ச்சி மகிழ்ச்சி
பார் அங்கே
வெண்கோபுரம் பதித்த வானில்
கல்யானை சவாரி செய்து
இங்கே
கல்வெட்டுகள் படிக்கும் யுவதி
Electronic View Finder காட்டும்
மின்கம்பிகளிடையே
மின்னுவதே பொன் என்னும் தங்கக்கலசம்
தெரியும்
முன்

செப்டம்பர் 2009

ஸ்தலபுராணம்

கோல்ஃப் க்ளப் மைதானத்தின்
விண்ணளந்த வலையில்
சிக்காமல் பறக்கும் தும்பிகள்
பயணிக்கும்
கான்கிரீட் ஆஞ்சநேயர்கள்
காத்தருளும் பெருவழிச்சாலையெங்கும்
விரிந்த போன்சாய் மாமரங்கள்
நிற்கும்
கற்கால Bus stand
தாண்டினால் கிடைக்கும்
Coconut Breaking Place
உண்டிவில் குறி தவற
நரசிம்ஹா புண்ணியத்தில் வாழும்
பேன் பார்க்கும் சூப்பர்-குரங்குகள் கூட்டம்
க்ரிப்டனைட்-குளத்தில் சப்தமின்றி நீந்தும்
பாஷோவின் தவளை
கோவிலின் மொட்டை மாடியில்
தெய்வ தரிசனம்
மற்றும்
தீயொளித் தாரகை மலரவிழ
வீடுதிரும்புதல்

அகநாழிகை
அக்டோபர் 2009

ரயில்விலங்கு ஓடிக் கடக்கும் மலைப்பிரமிட்கள்

என் கவிதைகளுக்காகக் காத்திருக்கும் எனக்கு
நானே எழுதிக் கொள்வது என்னவென்றால் ...

பனிக்காற்று கசியும் துவாரங்கள் வழி
தப்பியோடப் பார்க்கும் ரயில்நீளக் கனவுகள் காண்பவன்
ரயில்கூரையில் மழைச்சலங்கைகளின் நர்த்தன இசையுடன்
மழையோசை கேட்டு எழுந்து
எழுதிய கவிதை
ரயில்விபத்தில் சிதைந்த உடல் போல் இருந்ததாகப்
படிக்காதவர்கள் சொன்னார்கள்

ரயில்விலங்கு ஓடிக் கடக்கும்
மேற்கே கிடக்கும் அடுக்குத் தொடர் மலைப்பிரமிட்களை
முள்வெளிக்காட்டில் நகரும் வயல்மயில் பார்த்துச் சொன்னது
என்னால் இழக்க முடிந்த உயரம் இவ்வளவுதான் என்று

வரிசைக்கிரமம் மாறி
எல்லாத் தவறுகளையும் செய்யத் துணிபவன்
பயணிக்கிறான்
ரோஜாப்பிணங்கள் தொங்கும் தோட்டம் நோக்கி
ஏனெனில்
அவள் இதழ் lipstick ஒத்திருக்கும் பூஇதழ் gradient
பழுப்புமது வழியும் தார்கிண்ணம்
தாண்டிய ஈ மொய்க்கும்
ரோஜாக்குவளைத் தேநீர்
மற்றும்
அங்கே super-macro கண்கள் பார்க்கும் பூக்கள்
அழகாகத் தெரியும் என்பதால்

எம் மக்கள் சறுக்கி விளையாடும் பைன்காடு காலடி green algae
சூப்பர் சந்தோஷம் தரும்

waxworld திப்புசுல்தான் தத்ரூபம் மீட்டுத் தரும் சரித்திரம் மறந்து
கண்ணாடிப்பனிஓவியம் என்ற சொல்லில்
பனியையும் ஓவியத்தையும் புணர விடாமல் செய்கிறான்
யாரோவொரு Edward Scissorhands செதுக்கிய
முயல்புற்சிற்பம் நிற்கும்
Italian Gardenஇல் மலர்ந்த
பச்சை / வயலெட் முட்டைகோஸ் ரோஜாக்கள் ரசிப்பவன்

அவன் மேலும் எழுதினான் ...

எனக்குப் பூனைகளைப் பிடிக்காது
பொதுவாக என்றாலும் இந்தக் கோயில்பூனை பிடித்திருக்கிறது

புல்வெளி மேயும் கருப்புAngel
காக்காய் உட்கார மின்பழம் விழுந்தது
காக்காயும் விழுந்தது

மலையுச்சியில் நடப்பட்ட இரும்பு கோபுரத்தின் உயரத்தை
AMSL கணக்கில் எடுத்துக் கொள்ள வேண்டும்

சிட்டுக்குருவிகளைப் பார்த்து நாளாகிறது என்பதை
அடுத்த முறை கோயில்குருவிகளைப் பார்க்கும் வரை
உணர முடிவதில்லை

இந்த முறை சூரியனைச் சிதறுதேங்காய் போடும் மேகங்கள்
vaginaபோல உருக்கொண்டிருக்கின்றன

தனிக்கல்மரம் சூழ்ந்த மனிதத்தோப்பின் தொடுவானம் நிஜம்

peacock துரத்தும் peahen பார்க்கக் கிடைக்கக்
கொடுத்து வைத்திருக்க வேண்டும்

தொட்டபெட்டாவில் இருப்பது suicide-point அல்ல view-point

பைகாரா ஏரியின் வகுத்த எல்லைக்குள் போகும்
எந்திரப்படகு ஒரு வினாடி நீர்மூழ்கிக் கப்பலானது

சுழி சுத்தமான ஒன்றரை லட்சம் ரூபாய் குதிரையில்
ஐந்து ரூபாய் சவாரி பேரம்
சாஸ்வதம் சமாதானம்

அவன் வீடு திரும்பும்போது கண்ட அதிசயங்கள் ...

குன்றில் மேலிட்ட விளக்குகள்
பூமியிலும் நட்சத்திரங்கள்

அவன் வீடு திரும்பிய பிறகு கண்ட அதிசயங்கள் ...

மதில் சுவற்றினில் மலர்ந்த செடி
தென்னை மர வளைவுப் பாதையில் ஓடும் அணில்

ரயிலின்றி அமையாது உலகு

உயிரோசை
அக்டோபர் 2009

டிராகுலாவின் காதலி -1

*The **blood** is the life ... and it shall be mine*
*- Bram Stoker's **The Dracula** by Francis Ford Coppola*

நீ டிராகுலா
நான் உன் காதலி
நம் உறவு ரத்த சம்பந்தமானது
ஓர் இரவில் ஒரு முழு பாட்டில் சிவப்பு வைன் குடித்தாய்
அதனால்
நீ வேறொரு காலத்திலிருந்து என்னுடன் பேச முயற்சிக்கிறாய்
உன்னை விட்டு விலகியிருக்கும் சக்தி
இதற்கு மேல் எனக்கு இல்லை என்பதால்
உன்னைக் காதலிப்பதாக ஒப்புக்கொள்கிறேன்
ஏனெனில் நான் பொய்யை நம்புகிறேன்
இரைகளைத் தேடியலைய
வடிவமைக்கப்பட்டிருக்கும் உன்னையும்
இந்தக் கடவுள் இனி எப்போது வருவான் எனும் என்னையும்
மனித ரத்தத்தைக் குடிக்கும் பொழுது
மதுவின் பைத்தியக்கார போதை துவங்கி
நம்மை நிறுத்த விடாமல் செய்கிறது
எனினும் நீ சைவக் காட்டேரி
மனித ரத்தம் அருந்த மறுப்பதால்
தயிர்சாதம்
நான் குறி சொல்லும் கடந்தகாலமும் மாறுதலுக்குரியது
என்னை முதுகில் சுமந்து கொண்டு
பைன் மரங்களைத் தாவி ஏறுபவன்
மனிதனாக இருந்தால் என்ன
ரத்தக் காட்டேரியாக இருந்தால் என்ன
இப்போதாவது ஒப்புக்கொள்
நான் துயில்வதைக் கவனிப்பது உனக்குப் பிடித்திருக்கிறது
மேலும் அந்நிலை உன்னை
என் ரத்தத்தைக் குடிக்க விடாமல் செய்கிறது
இந்தப் பூவுலகில் எந்த நாயகனும் என்னுள்
இப்படி இறங்கியதில்லை
நான் உறங்கும்பொழுது

நவம்பர் 2009

டிராகுலாவின் காதலி- 2

Don't you want to know if I drink blood?
Edward Cullen to Bella Swan, Twilight, Chapter 9, p.186
- Stephenie Meyer

இருளின் சக்தி கொண்டு
என் சாவில் இருந்து மீண்டெழுவேன்
அவள் சாவைப் பழிவாங்க
என்றவன்
நான்கு நூற்றாண்டுகள் கழித்துத் திரும்பி வந்த காதல் கதையின்
பைத்தியக்கார விடுதியில் எஜமான் சொல் கேட்டு
சிலந்தி, கரப்பான்பூச்சி, மண்புழு, ஈ உண்டு வாழ்பவன்
பூனைகள் தின்னக் கிடைத்தால் அருமை என்றான்
மின்னல் கோட்டோவியங்கள் பூத்துச் சாகும்
ஆகாயக் கண்கள் வேவு பார்க்கும்
ஓநாய்களின் இசையை ரசிக்க
நுண்ணுணர்வு வேண்டும் என்றான்
நெஞ்சடைக்கும் அதீத போதையில்

மெத்தை மேல் கொலுசொலிக்கும் மென்பாதச் சுவடுகள் நகரும்
உன் ஹிப்னாடிச அழைப்பு என்னை
உன்னைப் பார்க்கத் தூண்டுகிறது
மீண்டும்
பேய் வேகத்தில்
என் நிழல் நகரும் முன் நான் நகர்ந்து
உன் குரலிலேயே பேசத் தொடங்குவேன் உன்னிடமே

"கடவுளின் பைத்தியக்காரக் குழந்தைகள்தான்
எல்லோரும்", என்று

நவம்பர் 2009

டிராகுலாவின் காதலி - 3

I was ninety-nine point nine percent sure I was dreaming.

Bella Swan, New Moon, Chapter 1, p.3

- Stephenie Meyer

நாக்கு நீண்டவன் சொல்கிறான்
விடிந்தால் இரவு விடியாவிட்டால் பகல்
என்று வாழும்
போல்டர்கீஸ்டின் mind over matter சக்தி வேண்டி
இருந்த தவம் சாபத்தில் முடிந்ததும்
காட்டேரியின் கடிக்கு TT booster injection
போட்டுக் கொண்டு பாதுகாப்பாக உணரும்
என் துயரம் மெல்லென நகரும்
வௌவால்களின் தலைகீழ் உலகில்
டிராகுலாவின் ரத்தம் குடித்த
துர்மரணத் தூதுவர்களின் சப்தம் கேட்டு
திடுக்கிட்டு விழித்தெழுகிறான்
அவள் கனவில் இவன்
ரத்தத்தின் சிவப்பணுக்கள்
வெள்ளை அணுக்களைப் புணரும் சமயம்
எவன் கனவில்
விழித்துக்கொள்வாளோ இவள்

டிசம்பர் 2009

கவிதை எண் ∞

காற்று ரெண்டு குட்டிக் கரணம் அடித்து
தலைமுடியைக் கலைத்தது
சிக்னலில் நின்றால் தோல் எரிக்கும் வெயில் முடிந்து
ஒரு மணி நேரம் ஆகிறது
எனக்காகத் தோப்புக் கரணம் போடும் கடலலைகள்
நிலாவைத் தாண்டி வந்தால்
திகைக்க வைக்கும் தொலைவுக்கு அப்பால்
இருக்கிறது என் கிரகம்

அதிகாலை
டிசம்பர் 2009

ஒரு நாள் கூத்து

வெளிகளைக் கடந்து ஒலித்தது உள்மௌனம்
காற்றைப் புணர்ந்தது என் சிகரெட் புகை
பியர் குடித்ததால் வந்த மெலிதான போதையில்
மிதந்தேன்
உன் வீட்டுப் பூனை கொட்டாவி விடும் அழகை
வேடிக்கை பார்த்தேன்
காலத்தில் இருந்து
மற்றும் ஒரு நாளை
கடத்திக் கொண்டு போய்ச் சேர்த்தேன்
அகாலத்தில்

அகநாழிகை
அக்டோபர் 2009

கவிதைகள் எழுதாமல் இருப்பது எப்படி ?

அல்லது

இணையம் புனையும் மற்றொரு புதினத்தில் இன்று என் வலையில் சிக்கிக் கிடக்கும் நானும் ஒரு கதாபாத்திரம் ஆகும் கதை - பாகம் நான்கு

அல்லது

மௌனப்பெருவெளிப் பள்ளத்தாக்கில் தோன்றி மறையும் காலக்குறியின் விஸ்வரூபம்

அல்லது

காலத்துளி உறைந்த பிரம்மவெளியெங்கும் நகரும் சரவெடி இசைநெடி புகைமலர் உலர்பனி

அல்லது

keychain-கள் வடிவமைப்பவனும் கள்ளச்சாவிகள் செய்பவனும்

அல்லது

சிகரெட்டை நிறுத்த சில புதிய எளிய வழிகள் சொல்பவனுக்கு பாதுகாப்பாகத் தண்ணியடிக்கச் சொல்லப்படும் பத்து கட்டளைகள்

அல்லது

தண்டவாளக்கடலில் மிதக்கும் ரயில்படகில் பயணிக்கும் அவதார புருஷர்கள்

அல்லது

Beer ஏப்பம் விடும் நாசிக்கண்கள் பார்க்கும் போதையுலக தேவதை(கள்) சரித்திரம்

அல்லது

சண்டைக்கோழிக்கறி உண்ணும் சர்க்கரை நோயாளியின் பகல் கனவுகள்

அல்லது

கலவிச்சத்தம் கேட்டு எழும் அண்டை வீட்டாரின் சண்டை புலம்பல்கள்

அல்லது

தலையெழுத்து கணினியில் என உணரும் புணர மறுக்கும் வார்த்தைக் கூட்டத்திலிருந்து புறப்படும் ஒரு சொல்

உரையாடல்
டிசம்பர்

2010.01.01 00:00:01 அன்று அவன் எழுதப்போகும் கவிதையின் முதல் வரி

peking duck மற்றும் whyte & mackay உடன் உற்சாகமாக மலரும் இந்தப் புத்தாண்டு அடுத்த ஆண்டின் ஜோதிட பலனில் தன் வரலாறு கூறுதல் பற்றி போன வருடம் போன sms எல்லாம் இந்த வருடம் புலரும் tweets எண்ணிக்கையில் வகுபட்டு உலரும் எனத் துவங்கும் அப்பாடல் குறித்த ...

2010.01.01 00:00:01 அன்று அவன் எழுதப்போகும் கவிதையின் இரண்டாவது வரியின் ...

... கனவில் நிகழும் எதிர் மேஜை french kiss நாவணைப்பில் பூத்துக் குலுங்கும் காமம் மற்றொரு சிகரெட்டாகப் புகைய கம்பத்துச்சூரியன் உதிக்கும் அதியிரவில் மான்வண்டியில் ஒருவாரம் தாமதமாக வரும் கிருஸ்துமஸ் தாத்தாவின் பரிசு மூட்டைகளில் ...

2010.01.01 00:00:01 அன்று அவன் எழுதப்போகும் கவிதையின் மூன்றாவது வரி

எதுவும் கவராததால் corner houseஇல் hot apple pie with cream சாப்பிட்டுவிட்டு helmet நிறைய மழை நீரை அள்ளி மண்டையில் ஊற்றிக் கொண்டு தண்ணீர் தோட்டாக்கள் தோல் துளைக்க எங்கே போகிறான் அவன் என்றால் வேறு எங்கே போவான் மதுலோகத்தில் ரூபாய் 2600 bill கொண்டு ரெண்டு gift coupon எழுதி மீண்டும் பேங்காக் பேரழகி பார்க்கும் ஆசையில் ...

2010.01.01 00:00:01 அன்று அவன் எழுதிய கவிதையின் இறுதி வரி

பனி மறந்து ஒரு நாள் (2009.12.31) நீளும் இணைய அரட்டையில் உடல் முழுக்கத் தனிமை சுமந்து திரியும் இருவரும் தாண்டிச் செல்கிறார்கள் மனங்களின் captcha சோதனைகளை

2010.01.01 00:00:01 அன்று அவன் எழுதிய கவிதையின் முன்குறிப்பு:

சாகாவரம் பெற்ற நடிகன் ஒருவனின் மரண துக்கத்தில் filling station *போன ஐவரில் ஒருவன்* 22" LCD TV *இலவசமாகக் கிடைத்த* 40" LED TV*யில் எரிவதைப் பார்த்துச் சொன்னான்* ... hmmm ... on second thoughts ... *நான் எதையும் சொல்லப்போவதில்லை* ...

டிசம்பர் 2009

உறக்க விதி

ரயில் பெட்டியின் தொட்டிலாட்டத்தில்
தண்டவாளத்தின் தடதடக்கும் தாலாட்டில்
'உறங்குவது போலும் சாக்காடு'
திங்கள் பணிக்குத் திரும்பும் முன்
கொண்டாடிக் கழிக்க வேண்டும் சனி ஞாயிறை
ஈரோட்டிற்கு முன் வருவது சேலம் ஜங்ஷன்
மொபைல் போனில் அலாரம் அடிக்க
'உறங்கி விழிப்பது போலும் பிறப்பு'

ஆனந்த விகடன்
ஜனவரி 2010

μP பதிப்பிக்கப்பட்ட மூளை சொல்லும் போன ஜென்மத்துக் கதைகள்

நேற்று நிகழ்ந்தது போல இருக்கிறது எனத் துவங்கும் உரையாடல்களைத் தொகுத்துக் கொண்டிருக்கிறான் பாதங்கள் சுவடுகளைப் பிரியும் பொழுதுகளின் மென்வலி உணராது

அனைத்துக் காதுகளையும் நான் வணங்குகிறேன் என்ற வாக்கியம் சிறுகதையாகாது என வாதிட்டுப் பாருங்கள் முடிந்தால் என்னிடம்

காதல் உங்களுக்கு உங்கள் virtual memoryயில் சேமிக்கப் பட்டிருக்கிறது என்ற உண்மை நீங்கள் சொல்லித்தான் எனக்குத் தெரிந்தது. அது தான் உண்மை என்று நீங்களே சொன்னதாலும் அது உங்களைப் பற்றியதாலும் எனக்கு நம்புவதைத் தவிர வேறு வழியில்லை.

Metamorphosis என்ற சொல்லின் தமிழாக்கமே ஒரு metamorphosis என்கிறான் அவன். அவனை என்ன செய்யலாம்.

காதல் ஒரு குற்றம்தான். அந்தத் தவறைச் செய்யுங்கள். 'தப்புப் பண்ணுனா சாமி வந்து கண்ணக் குத்தும்.' குத்தட்டும். ரெண்டு கண்ணையும் குத்தட்டும். அப்போது தான் மூன்றாவது கண் திறக்கும். என்ன சொல்கிறீர்கள்.

அதோ அங்கே நிர்வாணமாகத் திரியும் அந்தப் பைத்தியக்காரப் பிச்சைக்காரனின் சரித்திரம் தெரியுமா உனக்கு என்று கேட்டான். அவசரமாக ஓடிப்போய் கண்ணாடியில் என்னைப் பார்த்தேன். வெட்கமாக இருந்தது. உடனே உடுத்திக்கொண்டு நிம்மதியானேன் என் சரித்திரம் மறந்து. திடீரென்று, கேட்டவன் தலைக்குப் பின் ஒளிவட்டம் தோன்ற சட்டென்று ஓடிப்போய் சூரியனில் குதித்து ஆவியானேன்.

காதலுக்கும் இதயத்திற்கும் என்ன சம்பந்தம் எனக் கேட்கும் அறிவாளிகளுக்கு ஜென் சொல்லும் பதில் தான் எனக்கு திருப்தி அளிக்கிறது. உங்களுக்கு எப்படியோ.

சாகடிக்க: செத்துப் போனவன் மீண்டும் வருவான் செத்துப்போக.

'நாளை வேறு நாள்' என்ற தலைப்பில் அவன் எழுதிக் கொண்டிருக்கும் எதிர் புனைவு யாருக்கும் எதற்கும் எதிரானது அல்ல

மணல் வீடு
நவம்பர் – டிசம்பர் 2009 & ஜனவரி – பிப்ரவரி 2010

கண்ணீர் கவிதை

ஒவ்வொரு கண்ணிலும் ரெண்டு சொட்டு
கிளிசரின்* விட்டுக் கொண்டான்
கண்ணீர் விட்டு அழுதான்
போய் அமர்ந்து கொண்டான்
வெளிச்சத் தோட்டாக்கள் விழும் கண்ணில்
ஒளிச்சருகுகள் விழிமென்புழுதி கிளப்ப
கண்ணீர் வற்றிப் போன கண்களைச் சபித்த
கணினித் திரை முன் மீண்டும்

ஜனவரி 2010

*Carboxymethyl - Cellulose Sodium Eye Drops

'திடீர்' கவிதைகள்: ஹைக்கூ - தொகுதி 2

ஏரியின் நடுவே
மிதந்து செல்கிறது
ஒரு சிகரெட் துண்டு

பூட்டிய வீட்டிலிருந்து
வரும்
தொலைபேசி ஒலி

ஒரு பறவை
நடந்து செல்கிறது
தன் சிறகுகள் விரித்தபடி

ஏரியின் அருகே தனிமையில் ஒரு வீடு
முற்றிலும் தனிமையல்ல
அதன் பிம்பம்

காற்று என் தலைமுடியைக் கலைத்தபடி இருக்கிறது
நான் தலைசீவிக் கொள்கிறேன்
மீண்டும் மீண்டும்

பயந்து பறக்கும் குருவி
படமெடுக்கத்தான் அருகில் போகின்றேன்

ஆனந்த விகடன்
பிப்ரவரி 2010

ஸ்தலபுராணம் II (இடிபாடுகளின் இதிகாசம்)

இமைக்க மறந்த மஹாலக்ஷ்மியின் பார்வை கடாட்சம் காட்டும்
ஆஞ்சநேய மேக்கப் மற்றும் ஆஞ்சநேயருக்கு(ம்) மேக்கப் திரை
விலக
ஆட்டுக்குட்டி முட்டை இட்ட பிரியாணிக்குள் தெரியும்
உடல் ஊனமுற்ற கடவுள்கள்

பெருமாளுக்குக் கையில்லை
திருமாலுக்குக் காலில்லை
யாருக்கோ தலையேயில்லை
மனிதக் கடவுள் மனித ஊனம்
அற்பவாழ்வின் சிற்பச்சொற்பம்

கடவுளின் கல்யாணத்திற்கு தேறிய 730 ரூபாய் மொய்ப்பணம்
கொண்டு
கடனடைக்கப் போகிறார்
எப்போது தீருமோ
யார் கடன் தீருமோ

சட்டையின் சிவப்புக் கோடுகள் காற்றில் நெளிய போஸ்
கொடுக்கிறான் பாருங்கள் அவன்
ஒற்றையடி பாம்பு பாதை நீண்ட காட்சியை எட்டிப் பார்க்கிறான்
பாருங்கள் இவன்
இந்தியா மேப் போல இருக்கும் ஏரியின் aerial view அழகில்
லயிக்கிறாள் பாருங்கள் அவள்
வித்தியாச சர்க்கரைப் பொங்கலில் வழிந்து புளிசாதச்சுவையில்
உருகி தயிர்சாதத்தில் கலக்கிறாள் பாருங்கள் இவள்

ஓர் இரவில் கட்டி முடிக்காத நான்கு தூண் skyscraper கோட்டை
இடிபாடுகளில்
மறைந்து வாழும் நிறம் மாறும் பல்லிகள் பார்க்கும் twin sisters
தெப்பக்குளத்தில்
ஒன்று அர்ச்சனைக்கு மற்றது குப்பைக்கு

இந்தப் படிக்கட்டுகளில் அமர்ந்திருந்தார் தளபதி ரஜினி
இந்தத் தெப்பக்குளத்தில் குளித்தெழுந்தார் சிறைச்சாலை தபு
இந்தத் தூணில் சாய்ந்து நின்றேன் நான்

திரிசூல மரத்தில் காய்க்கும் ராட்சத கத்திரிக்காய்கள் மென்று
கிளிச்சிற்பம் மறையும் பச்சைமேனியில்
Sunbird துள்ளும் அடர்புதர் இதயம்

வார்த்தை கூட்டம் தேடியலைபவன் கண்ட சொற்குவியலில்
நரசிம்ஹர் முறைக்கிறார்

ராமநகரத்தின் ஷோலே மலைகளில் அந்தரவெளியில் மிதக்கும்
மந்திர மரங்கள்

ஒளிஏணியில் Alienகள் இறங்கும் மேகம் பிளந்த சூரியக் கரம்
நீளும்
இவன் புனைவின் நடுக்கம்

திருவிழா முடிந்த
மலைக்கோயில் வாயிலில்
விற்காத பொரிமலை

சுப்பிரமணியரைப் பார்க்க 10 ரூபாய், 50 ரூபாய், 500 ரூபாய்
தரிசனம் முடிந்து 500 ரூபாய் கள்ளஒப்பந்தம் மீறி
அரச மரத்தடியில் நட்டுச் செல்கிறார் மற்றொரு நாகலிங்க
சர்ப்பசிற்பத்தை
முன்னோர் சாபம் முடியாமல் நீளும்

பெரும்பாறை நுனியில் சமன்பட்டு நிற்கும் சிறுபாறைத் தராசில்
சாலையோர உழவர் சந்தையின்
வெள்ளை முள்ளங்கி கிலோ 10 ரூபாய்க்கு
விரிந்த முட்டைக்கோஸ் பெருமலர் கிலோ 25 ரூபாய்க்கு
காய்கறிக் கூட்டம் உதிர்த்த சொற்கள் சூப்பர்-குரங்குகளைப்
பேச வைக்கும்

சுண்டெலி சுமக்கும் விநாயக விஸ்வரூபம்
கனவிலும் வந்து போகும்

வெண்ணெய் காப்பு
வெற்றிலை காப்பு
அனுமானுக்கும் தேவை ஒரு constable பாதுகாப்பு

உயிரோசை
பிப்ரவரி 2010

நுனிஇரவு மேயும் கதிர்

I'have considered some radioactive spiders & kryptonites

- Twilight : The Movie

ரயில் அதிர்வுக் கிளர்ச்சியில்
சிலிர்த்தெழுந்து கண்ணீர் விடும்
புணர்ச்சிக் குறி மீட்டும்
தடம் புரண்ட இவன் கனவுகள்
பக்கத்து பெர்த்காரரின்
குடிகாரக் குறட்டைஒலியில்
தன்னையே எழுதிக்கொண்டு
பயணிக்கும் டைரியில்
இவன் சுகதுக்கத்தத்துவக்குழப்பவெளி
முன்வைக்கும் பதில்கள் திரட்டப்படுவதை
பி.டி.உருளைக்கிழங்கை நீள வாக்கில் உண்பவள்
பார்த்துக்கொண்டிருக்கிறாள்
திரிஉடல் தீளரிய
கரிசூழ யாமம் போர்த்தி
திரிசூல நாமம் இட்டவன் நெற்றி
ஜன்னலுக்குள் எட்டி நோக்கும்
நுனிஇரவு மேயும் கதிர்
உதிரத்தைக்
குடித்துவிட்டுக் கதை சொல்பவனின்
ஊரறிந்த உண்மைகளின் தகவல் பிழைகளில்
இறந்த பின்னும் இயங்கும் உடல்கள்

அகநாழிகை
மார்ச் 2010

நதி உணரும் பகல்

கேலிக்கூத்தாகும் மிகுபுனைவின் மஹாசுதந்திரவெளியில்
பயணிக்கிறது
நதி உணரும் பகல்
பாற்கடலைப் புணர விரும்பி
வைன் பாட்டிலின் சிவப்பு விளக்குத் தனிமை கடந்து
பெண்மூச்சு
"ஆ"-என்று விட்ட கொட்டாவிப் பாடலில்
வெளியின் ஒரு புள்ளியை அளந்து செல்லும்
இதழடி போற்றி
ரத்தம் என்ற வார்த்தை விரிக்கும் சிவப்புஅணுக்களின்
இருள்சண்டை விந்துவெளிச்சம்
சிதற
San Francisco செல்லும் ஒரு பெயர்சொல்லின் வினையெச்சம்
நீள்கிறது அதன்
கோவை வரை உறவு
தொடர
San Francisco செல்லும் மற்றொரு பெயர்சொல்லின்
வினைத்தொகை
வயலெட் பூத்தொகுதியாகிறது
உன் பனிமரத்தில்
அல்லது
வெண்நுரைக்கடலாகித் ததும்புகிறது
என் கோப்பையில்

மார்ச் 2010

அபார்ட்மெண்ட் முண்டமும் சூரியத்தலையும்

எதிர் அபார்ட்மெண்ட் உடலில் முளைக்கும் சூரியத்தலை
நூலறுந்த பலூனாகி எழுகிறது
மேலே மேலே
புராதனம் கழித்து
மேற்கு வாசல் வழி
வெளவால் பறக்கும் அபார்ட்மெண்ட் வீட்டில்
இருக்க இடம் இல்லாது
சமையலறை மூலையில் குடி கொள்ளும்
கடவுள் கூட்டம்
குறைகிறது நாளுக்கு நாள்
Square Feet @ கூடக் கூட
அபார்ட்மெண்ட் முண்டம் சரிகிறது தன் அஸ்திவாரக்குழியில்
கீழே கீழே
மீண்டும் மறுஜென்மம் எடுக்கிறது
எங்கோ
சில சதுர அடிகளின்
கூட்டுநிழலில்
மேலே மேலே

அகநாழிகை
ஜூன் 2010

நிலா நகரும் பாதை: விஞ்ஞானப் புனைவுக் கவிதைகள்

இத்தெருவின் முட்டுச்சந்தில்
வரிசை எண் மாறிய
என் வீடு பூட்டிக் கிடக்கிறது
கால-எந்திரப் பயணத்தில்
கணந்தோறும் நிகழும் தேஜாவூ

நிலா நகரும் பாதை வழி
ஓட்டைக் காசு எழுதிச் செல்கிறது
அழிந்த கிரகத்தின் போன ஜென்மத்தை
ஒய்ஜா போர்டில்

நசுக்கப்பட்ட சிகரெட்டின்
இறுதி மூச்சில்
தெறிக்கும் தீக்கங்கு
பாடி அடங்குகிறது
எரிமலையின் கீதபேதத்தை
எப்போதோ
பனிமலைப்புயலில் சிக்கிக் கதறிய
பெங்குவின் குரலில்

எஃகு நூலறுந்து
தலைமேல் இடிக்கும் லிஃப்டாக
விழுந்தது நிலவு
இவன் தான் போய் முட்டிக்கொண்டானோ

சகபிரபஞ்சத்தின் சமசமிக்ஞை
அதிதகவல் மொழியில்
இலைகள் நொறுக்கப்படும்
குரல் கேட்டு விழித்தான்
இக்கணம் இக்கனவு

அகநாழிகை
ஜூன் 2010

ஸ்தலபுராணம் III

ஒளிப்புள்ளி பிக்சல் வரையும்
மாலைநேர அரண்மனை ஓவியம்
பின்னணியில்
க்ரூப் போட்டோ
தீயில் எரிந்த கோட்டை
மீண்டும் எழுந்து
ஒரு லட்சம் பல்புகளின்
வெளிச்சத்தில் எரிகிறது
மீண்டும் நாள்தோறும்

அறைக்குள் பதுங்கும்
சிங்கம் புலி மான் பார்க்க
கட்டணம் அதிகம் கொடுத்தாலும்
காணக் கிடைக்காதது
காணக் கிடைக்க
புலிக்கு முத்தமிட்டான்

Indo-Gothic கட்டிடங்களில்
மாடப்புறாக்கள் உப்பரிகையில் தரையிறங்க
கழுகுகளுடன் யுத்தம் செய்கின்றன
அதிகாலை வானின் நெற்றிக்கண் திறக்கும்பொழுது

ஆயுதசாலையின்
வஜ்ரமுஷ்டி எடுத்து
மல்யுத்ததிடலில் வீரன் போரிட
அவன் மண்டையில் வழியும் ரத்தம்
பார்க்கிறார் ராணி
ராணியைப் பார்க்கிறார் ராஜா

காய்கறிச்சாறில்
3D ஓவிய யானைச்சிப்பாய் பார்வை
என்னையே தொடர்கிறது
திக்கெட்டும் சிதறி

மஞ்சள்பூக்கள் பூசி
வெயிலில் குளிக்கும்
பச்சைப்புல் மேனிமேல்
Bronze Leopard சீற

காடுவலம் வரும்
battery ரயில் காட்டும்
போகன்வில்லா தோட்டத்தில்
ஒட்டகச்சிவிங்கி குளிக்கும்

சூரியனின் பின்மண்டையைக் கொத்திப் பறக்கும்
ஒற்றைப்புறா துரத்தும்
வெண்கழுத்துக் கழுகு

தன்னை எரிந்து கொள்ளும்
மின்னலின் பாதை
கடக்கிறது வானத்தில்
புவியீர்ப்புவிசை மீறி

அகநாழிகை
ஜூன் 2010

இலை கொஞ்சும் மழை

Every time we say goodbye
I die a little
Every time we say goodbye
I wonder why a little
Why the gods above me
Who must be in the know
Think so little of me
...
But how strange the change
...
- The Tournament *(A 2009 Movie)*

ஒற்றைக்கண் CCTV காட்டும்
மழை திரியும் சாலை பிரதிபலிக்கும்
நட்சத்திரங்கள் பறக்கும் வானில்
பேயின் இரவு
வார்த்த
பிக்சல் கோட்டை
இடிந்து விழப்
புள்ளிகள் தெறிக்கும்
வீடெல்லாம் ஓடித் திரிகிறது
playschoolil் விட்டு வந்த
அவள் குழந்தையின் அழுகுரல்
vaccumஇல் பெய்யும் மழையாகி
ஆயிரத்திற்கு ஆயிரம் மதிப்பெண்கள்
விலைகொடுத்து
தலை அறுபடும் புற்களின் ரத்தவாடை வீசும் மாலை நேரப்
பூங்கா திறக்கும் முன்
Exhaust Fan திறப்பு வழி கண்ட செவ்வுலகம்
உதிர
ஒவ்வொரு இரவும் பயணம்
எனும் வாக்கியத்தில்
kingfisherக்குத் தெரியுமா
தான் ஒரு kingfisher என்று

என்ற தத்துவம் தொக்கி நிற்க
பிறகு

என்னை அறிவித்துக் கொள்ளும் பொழுதில் ...

வானம் மிதிபட
மேகச் சருகுகள்
இறங்கும் இந்த பூமி
உன்னுடையதல்ல

மேலும்

செத்த நீர் குடித்து வாழும்
உம்மையா
புணரும் மழை

ஆகஸ்டு 2010

டிராகுலாவின் காதலி 4

The blood abused you so much ... it makes me feel thirsty. - Volturi
- **The Twilight Saga: New Moon**

ஓநாய்களால் துரத்தப்படும்
ஒரு சபிக்கப்பட்ட டிராகுலா நான்
ரத்தருசி கண்ட காட்டேரி
அடங்காது அலையும் மழைக்காடு நீ
ரத்தம் பிளந்த என் வார்த்தைகளை
உன் முத்தங்களால் கோர்த்து
கம்பி மேல் அமரும் சூரியன்
எனைக் காணும் பொழுது
ஆற்றங்கரையில் நான் அஸ்தமனமாகிறேன்
அப்போது உன் உதயம் வரைகிறது
இரவின் மீது ஒரு கோடு

பைன்மரக் காடு தாண்டி
அலைகடல் குளிர் வேண்டி
உன்னுள் எந்த மாயமும் நிகழ்த்தப் போவதில்லை
பிறப்பறுக்க நீ நாடும் இவ்வழி
புதிதாகப் பிறந்தவர்களின் பசி மிகக்குரூரமானது
அதுவே அவர்களைக் கொன்று உடைக்கக் கூடியது
காதலின் மேல் எனக்கிருக்கும் காதல்
என்னை இப்படித்தான் வேட்டையாடிக் கொன்றது

ஏப்ரல் 2011

நான் இப்பொழுது குடிக்கும் பியர்

உள்ளங்கையில் துள்ளும் கடல் மீது
ததும்பும் நார்சிசப் பிம்பம்
அந்த காலத்தில் பேய்கள் இருந்தன
என்றது
பேயோட்டிய பின்
போய் அமர்ந்த private beach கடற்கரை மணலில்
நட்ட பீர் பாட்டிலை
சைத்தானென்று
நாலு mug குடித்த பின்னும்
நான் இப்பொழுது குடிக்கும் பியர்
பிதுங்கும் கோப்பையில் விழுகிறது
கை நீட்டி உணர்ந்த மழை
ஊதித் தள்ளிய பியர் நுரை
கலக்கிறது கடல் நுரையுடன்
மழை மீது பெய்யும் மழை
கடல் மீதும் பெய்கிறது
என் மீதும் பெய்கிறது
கோபம் வீணடிக்கும்
அன்பின் வழி வந்த வெப்பம்
மேலே எழுந்தது
மஹாஜனங்களின் மீது
மழையாகிப் பொழிந்தது

நவம்பர் 2011

கடவுளாகித் திரியும் மனிதன்

பின்னே வெடித்தீயெரிய
முன்னே நடக்கும் நாயகனின்
அபத்த உலகிலிருந்து ஓர் அதிசயம் நிகழுமென
கடவுளாகித் திரியும் மனிதன்
ஹெல்மெட் கண்ணாடி மேல்
படர்ந்த மழைத்துளியில்
பதுங்கும் ஹெட்லைட்ஒளி
வெப்பம் சிதைத்த தார்வெளி
மறைக்க
ஏழு மேடு
ஏழு பள்ளம்
ஏழு சிவப்பொளி
 தாண்டி
அன்றைய வீடுபேறு அடைய
இரவின் மீது ஏறிச் சென்ற பயணம்
முடிகிறது
முற்றத்தில்
வெளிச்ச வெறி ஏறிய டைல்ஸ் தரை
வழிப் புலரும் காலை மீது
வெடிக்கிறது சூரியன்
மீண்டும்

நவம்பர் 2011

ஒரு கவிதை வார்த்தைகள்

1

தானியங்கி தாலாட்டு பாடும்
எந்திரத் தொட்டிலில்
மிதந்தபடி
கனவில் எழுதப்படும் கவிதையில்
இவன் வேண்டிக்கொள்கிறான்
விடாமல் தலைகோதும்
எந்திரக் கை வேண்டும் என

2

இரும்பு நூல் தறி ஓட்டம்
குதிக்கும் குதிரை வேகம்
எருமைத் தோல் வானம்
வெண்நாரை மேகம்
மழை பாடும் ஒப்பாரி ராகம்

3

தண்டவாள தாயக் கட்டைகள் உருள
ரயில்காய் நகர்வில்
வேறோர் உலகம்
விழுந்தது தாயம்
வாழ்வே மாயம்

உயிரோசை
பிப்ரவரி 2012

தூங்காவிரதம்

இடப் பக்கம் வெளவால்களும்
வடப் பக்கம் புறாக்களும்
நடுப் பக்கம் மனிதர்களும்
வாழ்ந்து வந்த அடுக்குமாடிக் குடியிருப்பில்
அந்த இரவும்
அவன்
தனித்திருந்தான்
பசித்திருந்தான்
விழித்திருந்தான்
நோக்கம் இல்லையெனினும்
ஆற்றில் விழுந்ததால்
கடலில் கலந்தது
விடிந்ததும் வேண்டிக்கொண்டான்
ஆண்டவா காப்பாற்று
இந்த நாளை நீ பார்த்து
பழைய வேண்டுதல்கள் தான் நிறைவேற்று
புண்ணியக் கணக்குகளை மட்டுமே சேர்த்து

உயிரோசை
பிப்ரவரி 2012

ராமாயணம் 301

என்னுடைய ராமாயணத்தில்
ப்ரஹலாதன் பிளந்தது
உன்னுடைய வயிற்றைத்தான்
வயிற்றுக்குள் இருந்து வெளியே விழுந்த
என்னைப் பார்த்து அதிர்ந்ததும்
நான் அல்ல நீயே தான்
இல்லாவிட்டால்
மந்திரத்தில் விளைந்த இக்கவிதையைப்
பிறகெப்படி நான் எழுதிக் கொண்டிருக்க முடியும்

வார்ப்பு
மார்ச் 2012

மீண்டும் தவளை

பழைய நிலம்
தவளை குதிக்கையில்
தூசு கிளம்புகிறது

உயிரோசை
ஏப்ரல் 2012

சாக்கடை என்பதும் நீர்நிலை

கழுகுகள் ஊறும்
சாக்கடை வானில்
தனித்துத் தவழும்
கருடப்பருந்து

செப்டம்பர் 2012

கவிதைக் கூடு (அல்லது) குடித்துக் கொண்டிருப்பவனின் இரவு

ஒன்றா ரெண்டா மூன்றா
எல்லாம் காலியா
எதுவும் இல்லையா
எல்லாம் வார்த்தைகளாகித் தெரியும் சாபமா
இல்லை வெற்று தியானமா
அழுது புலம்பவா
ஆரத் தழுவவா
சிரித்துச் சிதறவா
சிங்காரி சரக்குக்கு ஆடவா
இந்தக் கவிதை கூடு விட்டு
அந்தக் கவிதை கூடு பாயும்
வித்தை கற்றவன் சொல்கிறான்
ரேகைக் கம்பி மேல் அமர்ந்திருக்கும்
ஆயுட் பறவைக்கு
எந்தக் கவலையுமில்லை
கம்பி அறுந்தால் என்ன
தும்பி பறந்தால் என்ன
அந்தரத்தில் மிதக்கும்
மந்திரம் தெரியாதா அதற்கு

அக்டோபர் 2012